ĐỘC TẤU DƯƠNG CẦM VỚI 110 CA KHÚC TRỮ TÌNH VIỆT NAM

Linh Phương

ĐỘC TẤU DƯƠNG CẦM VỚI 110 CA KHÚC TRỮ TÌNH VIỆT NAM

Nhân Ảnh
2019

ĐỘC TẤU DƯƠNG CẦM VỚI 110 CA KHÚC TRỮ TÌNH VIỆT NAM

Biên soạn: **Nhạc Sĩ Linh Phương**
Bìa: **Khánh Trường**
Trình Bày: **Lê Hân**
Kỹ Thuật: **Tạ Quốc Quang**
Nhân Ảnh Xuất Bản **2019**
ISBN: **9781989705650**

LỜI NÓI ĐẦU

Tuyển Tập "Độc Tấu Dương Cầm Với 125 Ca Khúc Trữ Tình Việt Nam" này được chọn lọc từ bộ sách "Cung Đàn Muôn Điệu" do Nữ Nhạc Sĩ Dương Cầm Linh Phương biên soạn từ thập niên 70 nhưng mãi đến năm 2013 mới có cơ hội phát hành tại Houston.

Trong tuyển tập này Nhà Xuất Bản Nhân Ảnh chỉ chọn những ca khúc nổi tiếng của các nhạc sĩ tên tuổi quen thuộc như Văn Cao, Phạm Duy, Phạm Đình Chương, Văn Phụng, Hoàng Trọng, Hoàng Giác, Nguyễn Ánh 9, Trịnh Công Sơn, Dương Thiệu Tước, Đoàn Chuẩn & Từ Linh, Tô Vũ, Thanh Trang, Hoàng Thi Thơ, Lê Uyên Phương, Cung Tiến, Từ Công Phụng, Trường Sa, Lam Phương, Ngô Thụy Miên, Vũ Thành An, Đức Huy v.v... Những ca khúc ngoại quốc nổi tiếng, lời Việt sẽ được thực hiện riêng với tựa đề "Độc Tấu Dương Cầm Với Những Ca Khúc Ngoại Quốc Lời Việt".

Một số ca khúc trong tuyển tập này đã được nhạc sĩ Linh Phương soạn thành nhiều trình độ khác nhau, các bạn yêu nhạc có thể tập từ dễ đến khó.

Hy vọng tuyển tập này sẽ đem lại nhiều thú vị cho các bạn yêu thích đàn dương cầm.

Nhà Xuất Bản Nhân Ảnh

VÀI HÀNG TIỂU SỬ
Nữ Nhạc Sĩ Linh Phương

TỐT NGHIỆP

- Sư phạm Chuyên khoa Dương cầm, nhạc lý nhạc pháp thực hành tại Đai học Deland, Florida Hoa Kỳ (1990)
- Tốt nghiệp Chuyên khoa bộ môn dương cầm tại Viện Quốc gia Âm nhạc Saigon Việt Nam khóa đầu tiên (1967)

SƯ PHẠM

- Dạy Âm nhạc: Piano và Keyboard, nhạc pháp và .nhạc lý tại thành phố Houston Texas (2004-Hiện tại).
- Dạy Âm nhạc: Piano và Keyboard, nhạc pháp và nhạc lý tại trường Trung hoc Evans Apopka và Lake Mary, Florida (1990-2003)
- Dạy Am nhạc: Piano, nhạc lý nhạc pháp tại các trường Âm nhạc Bach, Cécilla, Mê Linh tại Saigon, Việt nam (1968-1975)

HOẠT ĐỘNG

- Giám khảo các cuộc thi tuyển lựa ca sĩ tại Houston do Trường Nghệ thuật Sân khấu của Hùng Lân tổ chức (2005); Giải Giọng ca Vàng Thế giới 2008 do Van TV - Giải Tiếng Hát Houston 2011 do SGN 51.3 TV; Giải Tiếng Hát SGN 2012 2013 do 51.3 TV. Giám khảo tuyển lựa các vai đóng trong Kiều Music Tale do Worlwide Stage tổ chức tháng 9 năm 2010; Lược dịch 24 ca khúc từ nguyên bản Anh ngữ sang Việt ngữ, và huấn luyện các diễn viên về thanh nhạc trong vở Ca Nhạc Kịch Kiều Music Tale.
- Viết bài phê bình, biên khảo về nghệ thuật âm nhạc trên các báo: Saigon Nhỏ. Thời Báo, Sóng Thần, Florida Việt Báo, Tân Văn (Văn Bút Đông Nam Hoa Ky)
- Sinh hoạt âm nhạc trong Cộng đồng người Việt tại Houston, Texas. Đặc biệt soạn chương trình ca hát và đàn trên Đài Radio Saigon-Houston 900AM qua "Tiếng Hát Trên Làn Sóng" mỗi tháng từ năm 2004 đến nay.
- Nhạc trưởng của các ban nhạc: Tình Thương, Đêm Đô Thị (City By Night), Phượng Hoàng, Đêm Đô Thị tại Orlando, Florida (1985-2003)
- Viết hòa âm và điều khiển các chương trình của các ban nhạc nữ: The Modern Girls, Pussy Cat tại Saigon. Nhạc trưởng Trung tâm Thanh niên Đắc lộ, ban nhạc Michael, Goretie, Vương Cung Thánh Đường Saigon trước năm 1975 tại Saigon.
- Cộng tác các chương trình văn nghệ Gió Khơi, Thùy Dương, Hương xưa trên băng tần số 9 Đài TV Saigon, Việt-nam (1970)

GIẢI THƯỞNG ĐẶC BIỆT

- Đặc biệt, trong năm 2001, nữ Nhạc sĩ Linh Phương đã được International Biographic Center, Viện Đại học Cambridge, England trao tặng Huy chương Danh dự một trong 2000 "Nhạc sĩ Xuất sắc của Thế kỷ XX" do International Biographical Center, viện Đại học Cambridge, England trao ngày 7-9-2001 tại Luân Đôn, Anh quốc.
- Giải thưởng Giáo sư xuất sắc tại Orlando, Florida trong các năm: 1988,1990, 1992,1994 và 1995.

CÁC ẤN PHẨM VÀ SÁNG TÁC

- Nhạc Hữu Duyên Thơ Phổ Nhạc trên 120 thi phẩm
- Ca Ngợi Chúa Thánh Ca Ba Dòng dành cho người đệm đàn dương cầm (2012)
- Tình Ca 2 (2009)
- Tuyển tập Tôn Vinh Chúa "Nguồn Yêu Thương" (2008)
- Nhạc Việt soạn Độc Tấu Dương Cầm - Trình độ 1-7 (1987-2008)
- Tình Ca 1 (2002)
- Các sách Giáo Khoa dạy độc tấu dương cầm "Cung Đàn Muôn Điệu 1-10"
- Tuyển Tập dành cho Thiếu Nhi, (1997 - 2013)
- Sách Nhạc Thánh ca Phổ thông soạn cho đàn dương cầm.
- Mây Sóng Thơ Phổ Nhạc (1996)
- Tự Đệm Các Điệu Nhạc Phổ Thông Trên Phím Dương Cầm (1979)
- Cẩm Nang Kỹ Thuật Trên Phím Dương Cầm (1978)
- Độc tấu, đối tấu, tam tấu, và hòa tấu 300 ca khúc Việt và ngoại quốc.
- Hồi ký văn nghệ, các Truyện ngắn, các bài viết về những nhạc sư dương cầm danh tiếng trên thế giới.
- Đã Thực Hiện Trên 33 CD SOLOS PIANO Nhạc Thánh Ca, Nhạc Việt và Nhạc Ngoại Quốc... Hiện tại, Giáo sư Linh Phương đang phục vụ trong lãnh vực âm nhạc tải Vietnamese Lutheran Church, Houston, Texas.

LIÊN LẠC VỚI TÁC GIẢ:

Linh Phương Lê
P.O. BOX 385
Alief, TX 77072
ĐT (832)512-4764
Email: linhphuongpianist@gmail.com
Website: http://linhphuongproduction.com/

Nhạc sĩ Linh Phương

Mục Lục

AI ĐI VỀ QUÊ TÔI

Nhạc & Lời : TIẾN ĐẠT

Soạn Piano :
LINH PHƯƠNG

F F Dm F F
ơi ! Con vẫn nhớ lời Mẹ khuyên. Con
C F C G7
ơi ! Tình nước cao hơn hẹn ngày chiến
G7 G/ A/ B/ C C
thắng con về vinh quang. Con
F F F F
đi mang bao nhiêu tình thương. Con
F F F F F
đi mang bao nhiêu niềm nhớ. Mẹ có hay

C C C G G7
cho lòng con. Nặng tình vì nước
C C C C6 C
non. Ai đi về phía quê tôi làm
C6 Dm Dm F F
ơn cho nhắn vài lời nhớ thương. Mẹ
C C6 C G
ơi ! nợ nước vai mang vẹn toàn chí
G G C C
hướng con về quê hương..

ÁO LỤA HÀ ĐÔNG

Thơ : NGUYÊN SA   Nhạc : NGÔ THỤY MIÊN

LINH PHƯƠNG soạn nhạc độc tấu dương cầm   (Trình độ 4)

ÁO LỤA HÀ ĐÔNG - trang 2

di mà không bảo gì nhau? Để anh gọi tiếng thơ buồn vọng
lại Em ở đâu? Hỏi mùa thu tóc ngắn Giữ hộ
anh màu áo lụa Hà Đông Anh vẫn yêu màu áo ấy vô
cùng Anh vẫn yêu màu áo ấy vô cùng
F6 A Gm Bb6 A
A Dm A6
Gm F6 A
A Gm F6
Gm D
8va

TRÌNH ĐỘ 2
Dm Re Thứ
có 1 Si giảm
Bb

BÀI KHÔNG TÊN SỐ 2

Soạn Piano
LINH PHƯƠNG

Nhạc và Lời : VŨ THÀNH AN

Đếm cho nhau lời nói trên đời nào yêu người.
Kỷ niệm xưa đã chết cơn mê đã chiều, tình yêu đã hết xót xa đã
nhiều đời thôi sẽ còn mai sau.
Thôi em đừng xót thương rồi ngày tháng phai đi.
Thôi ! cuộc tình đó tan rồi không còn gì nữa, tiếc mà chi

Đời một người con gái ước mơ đã nhiều. Trời cho không được mấy, đến khi lấy
chồng chỉ còn mối tình mang theo.
Xin một lần xiết tay nhau một lần cuối cho nhau.
Xin một lần vẫy tay chào thôi dòng đời đó cuốn người
theo..
.. theo ..

* Những Nốt Hoa Mỹ (Fantasy) của Tay Mặt Đàn Luôn Cho Kịp Nhịp Theo Tay Trái.
Phải Tập Nhiều Lần Cho Quen Giai Điệu (Melody) mới đàn chung với Tay Trái.

BÀI KHÔNG TÊN SỐ 2

Nhạc và Lời VŨ THÀNH AN

Soạn Piano
Trình Độ 4
LINH PHƯƠNG

mềm ngày nào ân cần trao thân.
p
Tìm trong tháng ngày buồn đôi mắt nào khô đường tim chơ vơ...
3
Đếm cho nhau lời nói trên đời nào yêu - người . .
Kỷ niệm xưa đã chết, cơn mê đã chiều, tình yêu đã hết xót xa đã
nhiều. Đời thôi sẽ còn mai sau.
3

Xin một lần xiết tay nhau, một lần cuối cho nhau.
Xin một lần vẫy tay chào thôi dòng đời đó, cuốn người theo.
1.
2.
Tay Trái
8vb

BÀI KHÔNG TÊN SỐ 8

Nhạc và Lời VŨ THÀNH AN

Soạn Piano
Trình Độ 2 +
LINH PHƯƠNG

Bài Không Tên Số 8
Trình Độ 2 P.2

F
Am
C
G
đâu thân này mòn mỏi không. Về sau và nhiều năm sau
C
F
G
C
Fm
nữa có buồn nhưng vẫn chưa bao giờ bằng hôm nay.
1.
C
2.
Fm
G
C
Vắng nhau một..
Chậm để HẾT

Dấu Cộng + tréo ngón qua nốt kế.(Cross Over Finger . Chú ý ngón tay Cross over Finger.

BÀI KHÔNG TÊN CUỐI CÙNG

Nhạc và Lời VŨ THÀNH AN

Soạn Piano LINH PHƯƠNG

Am Am F Am
hỡi ! Con đường em đi đó, con đường em theo đó sẽ đưa em sang đâu. Xa nhau
Dm E E Am
rồi thiên đường thôi lỡ, cho thần tiên chắp cánh, xót đau người tình si. Suốt con
Am Am Am Dm
đường ai dìu lối hãy yêu nhiều người em tôi xin gửi
Am E E 1. Am
em một lời chào một lời thương một lời yêu lần cuối cùng.
Am 2. Am Am/
Này em.. .. cùng.

BÀI THÁNH CA BUỒN

Nhạc và Lời : Nguyễn Vũ

Soạn Piano : LINH PHƯƠNG

1.
G
A
D
thần. Giọt môi hôn dưới tháp chuông ngân.
D
2.
D
G
C
Cùng nhau quỳ dưới tượng Chúa cao cùng. Ôi giọng hát em mênh mông buồn.
G
B
Rồi mùa giá buốt cũng qua mau. Lời hẹn đầu ai nhớ dài
lâu, rồi một chiều áo trắng thay màu, em qua cầu xác pháo bay
3

G
C6
B
sau, Lời nguyện cầu Chúa có nghe không ? Sao bây giờ mình hoài xa
Em
G
D7
vắng, bao nhiêu đêm Chúa xuống dương gian, bấy nhiêu lần anh nhớ người
G
G/
yêu. Rồi những đêm Thánh mừng đón No -
G
G
- El. Lang thang qua miền giáo đường dấu

G
G Am
yêu.
Tiếng Thánh Ca ngày xưa vang đêm
Am D
G D/
tối. Nhớ quá đi thôi giọng hát ai
buồn, Đêm Thánh Vô Cùng lạnh giá hồn
G C
G
To Coda
G
tôi.
Dao nhac
Trở lại Page 2
G
Coda
Cm
G
Rồi mùa giá buốt cũng qua..
FADE OUT ĐỂ HẾT......................

BAO GIỜ BIẾT TƯƠNG TƯ

Nhạc và lời : PHẠM DUY & NGỌC CHÁNH
LINH PHƯƠNG soạn nhạc cho piano (TRÌNH ĐỘ 5)

Fm6
Cm
nào - Biết mong
chờ - Biết rộn
Fm
rã buồn vui Đợi em dưới
G
mưa =
Cm
Ôi - Biết đem tim

E♭6
này -
Vắng
như
lòng
Fm
giấy -
Tình
yêu
lấp
E♭
đầy -
G7
p
Rồi
biết
quên
câu
Cm
cười -
Biết
cho
đôi

BAO GIỜ BIẾT TƯƠNG TƯ - trang 4

BAO GIỜ BIẾT TƯƠNG TƯ - trang 5

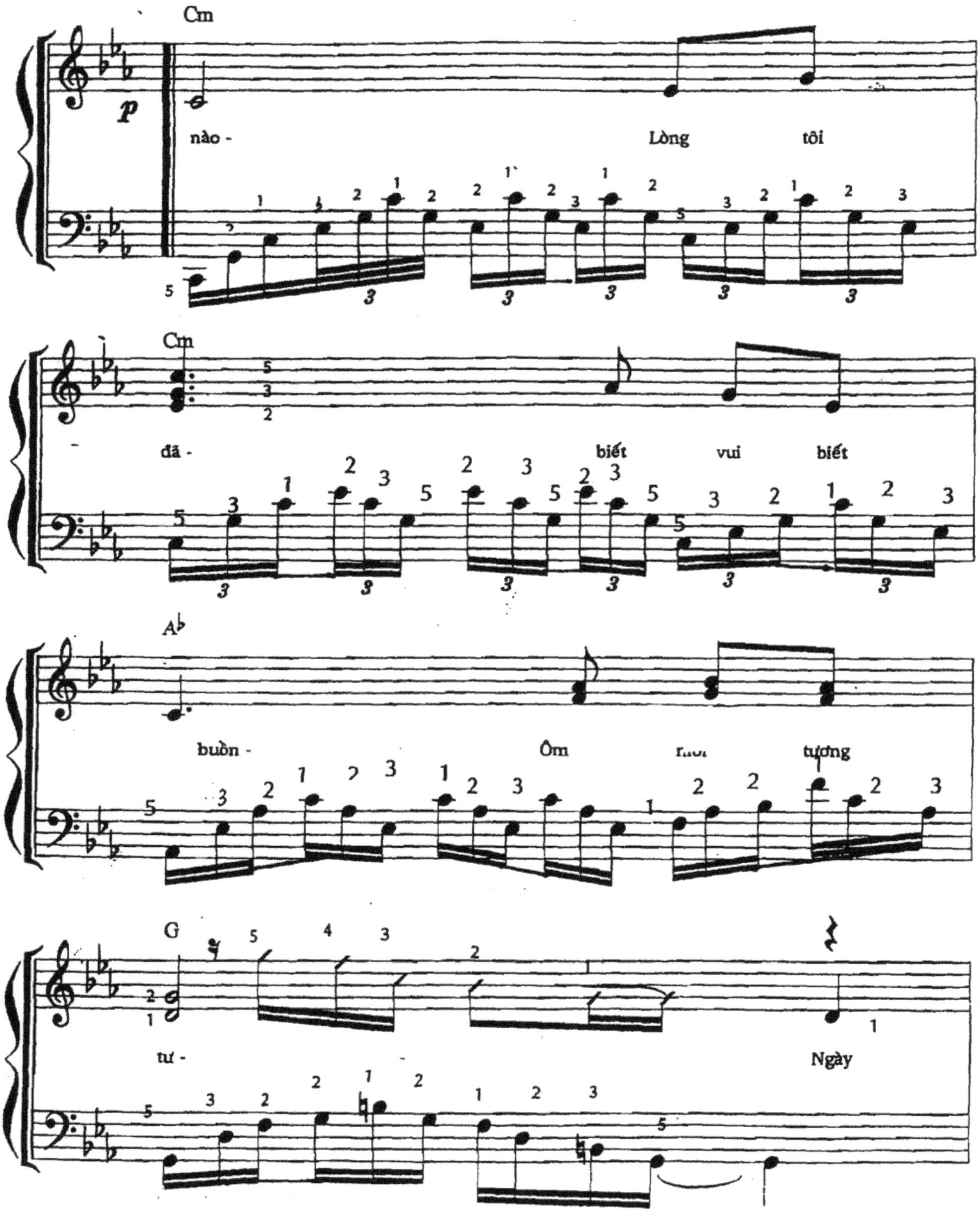
Cm
p
nào -
Lòng
tôi
Cm
đã -
biết
vui
biết
A♭
buồn -
Ôm
tượng
G
tư -
Ngày

G7
nào -
Cánh
Thiên
Cm
Đường
đã
mở
Fm
hé -
Tình
yêu
là
trái
táo
8va
G
LOCO
thơm

Cm
Tôi
ghé
răng
cắn
Cm
vào -
Miệng
môi
ngọt
Fm
Bm
đắng -
Tình
yêu
cuối

Cm
cùng -
Giấc
mơ
não
G
C7
Cm
nùng -
với
tan ....
RITARDO
Fm
Cm

BÂY GIỜ THÁNG MẤY

Soạn Piano
Linh Phương

Nhạc và Lời Từ Công Phụng

Nhẹ Nhàng Smooth

Bây Giờ Tháng Mấy
P.2

F F Bb6 C
nhớ, áo em đẹp màu thơ, môi tràn đầy ước
F F F F
8va
Mai đây anh đưa em đi
(8va)
Bb C F Bb
về, mưa giăng chiều nắng tàn, cho buốt lạnh chúng
(8va)
LOCO
Natural
F F C C
mình. Em ơi ! thôi đừng hờn anh

F Bb F C
5 2 4 1 + 2 1 1 2 3 4
nữa, nhìn nhau buồn vời vợi, để mùa Đông buốt
(b)
C F F
5 3 4 2 2 1 5
giá bờ vai gầy. Bây giờ tháng
A F F C
5 2 4 3 + 5 1
mấy rồi hỡi em ? Anh đi tìm
F F F 3 Bb
2 5 5 5 5
mùa Xuân trên đời. Mùa Đông chết

F
F
F
Bb6
đi rồi mùa Xuân mắt em đẹp trời sao, cho
C7
F
Bb
mình thương nhớ nhau........
Trở Lại Trang 4
1. F
F
2. F
(Hát) Bây ..
Music to END
F
Bbm
F
NHẸ Chậm Dần Để Hết

Level 2

BÂY GIỜ THÁNG MẤY

Soạn Piano
Linh Phương

Nhạc và Lời Từ Công Phụng

F F Bb6 F
dỗi trách nhau một lời thôi. Tâm hồn mình đâu lẽ
C C F A
loi.. Bây giờ tháng mấy rồi hỡi
Dm Dm C F
em ! Anh đi tìm màu hoa em
F F Bb F
cài. Chiều nay nhớ em rồi và

F F Gm C
nhớ, áo em đẹp màu thơ, môi tràn đầy ước
F F F F
mơ.. Mai đây anh đưa em đi
Bb C F Bb
về, mưa giăng chiều nắng tàn, cho buốt lạnh chúng
F F Loco C C
mình. Em ơi ! Thôi đừng hờn anh

F Bb F C
nữa, nhìn nhau buồn vời vợi, để mùa Đông buốt
C F F
giá bờ vai gầy. Bây giờ tháng
A Dm Dm C
mấy rồi hỡi em ! Anh đi tìm
F F F Bb
mùa Xuân trên đời. Mùa Đông chết

F F F Bb6
đi rồi mùa Xuân mắt em đẹp trời sao, . cho
C F Bb
mình thương nhớ nhau.. * DAO NHAC
TRỞ LAI PAGE 3
F F F
Mai ...
Music to END
F Bb F

Điệu Rumba Bolero Tay Trái
Đệm Phải Giữ Vửng Nhịp.
Nhất Là Nhịp Chỏi
(Syncopted) Tempo Không
Chạy Nhanh (Speed Up)

BẢY NGÀY ĐỢI MONG

NHẠC VÀ LỜI : NGUYÊN VŨ

Soạn Piano
Level 3
LINH PHƯƠNG

Bảy Ngày Đợi Mong
P.2

F
C
F
Giận anh đêm thứ Sáu.
Quyết em quyết dặn
Dm
G
C
lòng không nói nửa lời, dù là ghét anh.....
C
Am
F
Chiều Thứ Bảy ---- mưa rơi ..
Ai bảo anh lại
G
C
F
G
tới.
Ai bảo anh xin lỗi ai bảo anh nhiều

Trở Lại Intro.Page 1
G
Fm/
G/
C
C
lời, cho áo em lệ rơi...
ENDING...
F
Fm
C
C/

BẾN NƯỚC TÌNH QUÊ

Soạn Piano
Linh Phương

Nhạc và Lời : Mạnh Phát

G G7 C C C
say đầy nương khoai với luống cày. Dệt tơ vương ngoài yêu
C G G G7 G7
đương luyến tháng ngày. Lều tranh nương niềm uyên ương gió hương
C C F F G
nguyền. Ngồi đây em quay tơ. Lòng em như bơ
G C C F F
vơ. Thời gian trôi lênh đênh mơ mộng. Nhìn
C C C C
trăng lên bên song. Hồn em thêm bâng khuâng. Vì

Dm G7 C C C
ai nơi tha phương bẽ bàng. Ngày chinh chiến còn tan
C C C G G
biến mùa chia phôi. Màn sương rơi ngàn mây lơi úa ven
C C C C G
trời. Người ra đi từ chia ly vắng tin hồng.
G G7 G C
Vườn dâu mang tình quan san em chờ mong.
C C F C
Chiều Thu..
NHẠC NHANH DẦN ĐỂ HẾT

BIỂN CẠN

NHẠC VÀ LỜI : NGUYỄN KIM TUẤN

Soạn Piano
Level 4
LINH PHƯƠNG

C Am Am E
vắng. Lời tôi nhỏ bé tiếng gió thét cao biển tràn nỗi
tiếng. Đời tôi nhỏ bé trước những khát khao chìm trong nỗi
A A Dm G
mf
đau. Tình em quá lớn sóng cũng vỡ tan đời tôi đánh
đau. Tình em quá lớn với những đam mê làm nên oan
C C/ E Am
mất. Giấc mơ không còn. Hải âu không
trái. Sóng reo não nề. Hải âu không
Am Am G G7
về. Vắng em trên đời biển thẳm than khóc ngàn lần với
về. Vắng em trên đời biển thẳm than khóc ngàn lần với

C
Am
E
E
cresc.
f
p
tôi. Cùng tôi biển chết. Cùng em biển
tôi. Cùng tôi biển chết. Cùng em biển
Am
A
Dm
E
f
tan. Ngàn năm nỗi đau hóa kiếp mây ngàn cô đơn biển
tan. Ngàn năm nỗi đau hoá kiếp mây ngàn cô đơn biển
Am
Am
Dm
E
f
ff
cạn..
cạn..
Music To END
Dm
E
Am
Am
mf
decresc.
Rit ....
p
pp

Tập nhiều lần Melody tay mặt; sau đó hãy thêm những nốt Hoa Mỹ (Fantasy - Fill in) cho đầy dòng nhạc không trống trải.

BIỂN NHỚ

TRỊNH CÔNG SƠN

Soạn Piano
Linh Phương

Am
Am Dm
E F
sa. Ngày mai em đi, thành phố mắt đêm đèn vàng hồn lẻ nghiêng vai gọi
Dm E
Am
Dm
buồn, nghe hoài biển động buồn thêm. Hôm nao em về, bàn tay buông lối
E
E
E
Rit..
ngõ dần lên cung phím chờ, sầu lên đây hoang vu.. Ngày mai em
Am
Dm
E
đi, biển nhớ tên em gọi về, triều sương ướt đẫm cơn mê, trời cao níu bước sơn

Am Am Dm E F
khê Ngày mai em đi cồn đá rêu phong rũ buồn, đèn phố nghe mưa tủi
Dm E E Am
hờn, nghe ngoài trời giăng mây luôn.. Ngày mai em đi biển có bâng khuâng gọi
Dm Am E Am
thầm, ngày mưa tháng nắng còn buồn bàn tay nghe ngóng tin sang. Ngày mai em
Am Dm E F Dm
đi thành phố mắt đêm đèn vàng, nửa bóng Xuân qua ngập ngừng, nghe trời gió lộng mà

1.
Am
Dm
Am
thương.
Hôm nao em
2.
Am
Dm
Am
E
Am
Am/
Tay Trái Chậm Dần Để HẾT

BUỒN ƠI CHÀO MI

SOẠN PIANO: LINH PHƯƠNG

Nhạc và Lời : NGUYỄN ÁNH 9

C F Dm G C
ơi ! Hãy đến với ta để quên chuyện tình xót xa.
C Ab Ab Gm
Nếu trên đường tình ta lỡ lỡ một
Eb Ab Ab G
mình thì trên con đường đời ta có mi buồn
G G7 C C
ơi ! Buồn hỡi ! Thế nhân là thế sao người
F C C F
yêu mãi mãi đam mê. Buồn ơi ! yêu đương là thế sao tình

Dm G C Am
ta vẫn cứ si mê. Người yêu cho ta niềm đau. Buồn
Dm C C F
hối ! Cho ta quên mau. Buồn ơi ! Hãy đến với ta để
G C
pp
quên chuyện tình xót xa. Dạo Nhạc
1.
G C#
G
Buồn //
2.
G C Cmaj C
Chậm dần để hết
FIN

BUỒN TÀN THU

Nhạc và Lời VĂN CAO (1939)

SOẠN PIANO
LINH PHƯỞNG

TRISTE ET LENT
BALLAD SOFTLY

Dm Dm Bb F6 Dm
Ôi vừa thoáng nghe em mơ ngay bước chân chàng. Từ từ
Ôi người gió sương em mơ thương ai bao lần. Và chờ
Dm A A7 Dm
xa đường - vắng. Đêm mùa Thu
A A Dm A Gm
chết. Nghe mùa đang rớt rơi theo lá
Dm Dm A A
vàng. Em ngồi đan áo, lòng

Dm A Gm Dm Dm Dm
buồn vương vấn, em thương nhớ chàng. Người ơi nào
Dm Dm/ C# 6 Dm Dm
biết em nhớ mong. Tình xưa còn đó xa xôi
Gm Gm C F Bb
lòng. Nhờ bóng chim uyên, nhờ gió đưa
Dm Dm Gm A Dm
duyên chim với gió bay về chàng quên hết lời thề

Lento Ad. Libitum
Dm Dm Dm Dm C
Áo đang hết rồi. Cố quên dáng người. Chàng ngày
Dm A Dm/ C/ C
nao tìm ___ đến ? Còn nhớ đêm
F B♭ Gm Dm
xưa kề má say sưa nhưng năm tháng qua
Dm A7 Dm Dm
dần mùa Thu chết bao lần. ___ Thôi

Dm
A
A
F6
A
tình em đấy,
Như mùa Thu chết rơi
Gm
Dm
Dm/
1.Gm/
Dm
A
A
theo lá vàng.
Nhạc dạo
2.
Dm
Gm/
A/
A
Dm6

CHIỀU

Thơ ; HỒ DZẾNH
Nhạc : DƯƠNG THIỆU TƯỚC
Soạn Piano : LINH PHƯƠNG

G G F F
nay. Tôi là người lữ khách. Màu chiều khó làm
C C C/ Dm C/
khuây. Ngỡ lòng mình là rừng ngỡ lòng mình là mơ. Nhớ nhà châm điếu
G G Fm C C C
thuốc. Khói huyền bay lên cây... Trên đường về nhớ đầy.
C C C Dm
Chiều chậm đưa chân ngày. Tiếng buồn vang trong mây.
G C F# F C/ G/ C/
Tiếng buồn vang trong mây.

CHIỀU BÊN GIÁO ĐƯỜNG

Piano Solo

LINH PHƯƠNG soạn

Nhạc và lời : LÊ TRỌNG NGUYỄN

CHIỀU BÊN GIÁO ĐƯỜNG, (trang 2)

CHIỀU TÍM

NHẠC VÀ LỜI ĐAN THỌ

LEVEL 2

B C C C
san có hay. Đàn nhớ từng cánh hoa
rơi lá rơi. Người ấy lòng hướng trăng
Am C F Dm
bay vần trăng viễn hoài. Mầu xanh ước thề giòng sông trôi đi lúc chia
sao hồn say chiến bào. Tìm trong tiếng đàn mùi hương chưa phai ý giao
D G7 G7 C
tay còn nhớ chăng ? Ai nhớ mắt xanh năm
hoan người nhớ chăng ? Mây gió bốn phương giăng
F Dm C F
nào chiều Thu soi bóng nắng chưa phai mầu. Kề hai mái đầu nhìn mây
hàng mùa thu thêu áo nét hoa mơ màng. Và em với chàng kề vai

A 6
G7
G7
C
Am
tím nhớ nhau. Chiều tím chiều nhớ thương ai còn thương nhớ
áo vấn vương. Chiều hỡi ! đàn nhớ mong nhau tình thương bắc
C
F
Dm
G
hoài. Đàn ơi nhắn giùm Người đi phương nao ? Nếp chinh bào biếc ánh
cầu. Người đi hướng nào ? Tìm trong chiêm bao. Tóc bay dài gió viễn
1. C
C
2. C
C/
sao. Từ .... khơi....

CHO EM QUÊN TUỔI NGỌC

NHẠC VÀ LỜI : LAM PHƯƠNG

Soạn Piano
Linh Phương

Tâm Tình - Chậm

Cho Em Quên Tuổi Ngọc
P.2

F/ Gm/ A A7 A Gm
quên ngày mai thế gian đổi thay... Quanh ta......? có ....
Rit..
A A A
ai ? Đời còn chi trong tay .. Mai
Dm Gm Gm
đây khi hoa tàn úa xanh xao phong ba dập vùi. Em xin nằm
C7 F Gm
xuống mang theo con tim ngậm ngùi.. Giấc mơ nhỏ nhoi. Đưa em vào

Gm
A7
Dm
Dm
cỏi thiên thu yêu thương đời
đời...........
Gm
Gm
Gm
E Dim
tr
A
Dm
p
RIT.. CHẬM DẦN ĐỂ HẾT ....
Dm
HẾT
pp

CÓ NHỮNG NIỀM RIÊNG

LÊ TÍN HƯƠNG

Soạn Piano
LINH PHƯƠNG

D
D
D
G
thức.
Nên đôi môi
xinh héo hon nụ
cười.
nín,
Nên khi xuôi
tay còn chút ngậm
ngùi.
HẾT
G
G
G
G
G
Này niềm
riêng
như
nước
vẫn đầy
vơi..
Đâu đâyvang
G
C
C
Am
vang tiếng buồn gọi
mời.
Ôi !
nỗi
sầu
đongchất
D
D
D
C
ngất,
Như
một
ngày
như
mọi
ngày
như
vạn

D G G G
ngày không thấy đổi thay. Có những niềm riêng lòng không muốn
G G G
nhớ. Nhưng sao tâm tư cứ luôn mộng
C C C
mơ. Có những niềm riêng gần như hơi
Trở Lại Page 1
Lời 2 Để HẾT
D D C G
thở Nuôi ta cô đơn nuôi ta đợi chờ..

LEVEL 3
SOẠN ĐẶC BIỆT
VỚI SỔ TAY

CÒN CHÚT GÌ ĐỂ NHỚ

Thơ VŨ HỮU ĐỊNH - Phổ Nhạc PHẠM DUY

Soạn Piano
LINH PHƯƠNG

C
G7 2.
C
C
trong. Phố núi ,,,, khuâng. Xin cảm ơn thành phố có em Xin cảm
Em
Am
Dm
ơn một mái tóc mềm, mai xa lắc trên đồn biên
F
G7
3
C
Dạo Nhạc hát lời 2
giới Còn Một Chút gì để nhớ để quên...
4
C
C
Am
quên. Xin cảm ơn thành phố của em; xin cảm -

Em
Am
Dm
ơn, một mái tóc - mềm. Mai xa lắc trên đồn biên
F
G
C
giới. Còn một chút gì để nhớ để quên; còn một chút
G7
C
Ab
C
C
TỪ TỪ CHẬM DẦN ĐỂ HẾT (RIT..)
gì để nhớ để quên.... Để .... quên....

CÒN TUỔI NÀO CHO EM

Nhạc và Lời Trịnh công Sơn

Soạn cho Piano:
Linh Phương
Level 1

Em C Em Em B Em
xin tuổi nào còn tuổi nào hư vô, bàn tay che giấu lệ nhoà ôi buồn. Tuổi nào ngồi khóc tình đã nghìn
Em Em E Am Am
thu. Tuổi nào mơ kết mây trong sương mù. Xin cho em qua từng phím
Em B Em 1. Am Em
phím ngà, xin mây se thêm màu áo lụa tuổi nào thôi hết từng tháng năm mong chờ.
Em 2. Am Em Em
Tuổi nào nhìn lá vàng úa chiều tháng năm mong chờ. Xin mây se thêm màu
Em B Em Am Em
phím ngà xin mây se thêm màu áo lụa tuổi nào thôi hết từng tháng năm mong chờ.

CÒN YÊU EM MÃI

NHẠC VÀ LỜI : NGUYỄN TRUNG CANG

Soạn Piano
LINH PHƯƠNG

Bb Gm Dm 1. F Bb
cũ vẫn nghe ấm lòng. Gọi tên nhau lúc cô đơn để nghe sưởi ấm tâm hồn.
ấm xác thân héo gầy. Tình yêu như gió mây bay gọi...
2. F Bb Bb Gm Cm
mưa giăng kín khung trời .... Này em hỡi ta mơ
F7 Bb Eb Cm Bb
ngày sẽ tới khi tương phùng em khóc cho niềm vui vì hạnh phúc.
Gm Cm F Bb Eb Cm
Ngọt hay đắng trong cuộc đời mưa nắng ta luôn cười trong giấc mơ hạnh phúc xưa tuyệt
8va
Gm F Bb Cm Bb
vời .... Riêng ta nơi núi rừng về đêm càng nghe lòng băng giá. Câu

(8va)
Bb
Eb
F
Bb
Gm
ca hay khúc nhạc càng thảm sầu cho tình tan nát. Dù biết cách xa với đời dù
Cm
F7
Bb
Gm
Gm
Dm
biết thuỷ chung chẳng rời, mà vẫn xót xa tháng ngày. Chờ ta chi nữa em ơi còn
F7
Bb
1. LOCO
Bb
F
A 5-
F
Bb
đâu giây phút tuyệt vời...........
2.
Bb
F7
Bb
Bb
RITARD.....................
HẾT

CUỐI CÙNG CHO MỘT TÌNH YÊU

Nhạc và Lời : TRỊNH CÔNG SƠN

G7
C
F
C
Sầu thôi xuống đầy, làm sao em nhớ mưa ngoài sông bay, lời ca anh
G
C
C
C
nhỏ, nỗi lòng anh đầy.
Nhạc dạo ....
C
C/
2.
C
Ừ thôi em đầy.
Sầu thôi xuống
F
G7
C/
C
C
đầy, sầu thôi xuống ---------- đầy.
F
C
C/
10

DẤU TÌNH SẦU

NHẠC VÀ LỜI : NGÔ THỤY MIÊN

Arranged Level 2
LINH PHƯƠNG

Dấu Tình Sầu
P.2

DIỄM XƯA

Trịnh Công Sơn

Soạn Piano :
LINH PHƯƠNG

A
A
Dm
đô.
Chợt hồn xanh buốt cho mình xót xa.
Chiều này còn
Dm
Gm
Gm
Dm
Gm
A
f
mưa sao em không lại nhớ
maitrong cơn đauvùilàm sao có nhau, hằn lên nỗi đau, bước
Gm
A
Dm
Dm
D
decresc.
p
chân em xin về mau. Mưa vẫn hay
mưa cho đời biển động.
Làm sao em biết bia
Làm sao em nhớ những
Gm
Gm
Dm
A
đá không đau.
vết chim di.
Xin hãy cho mưa qua miền đất rộng.
Xin hãy cho mưa qua miền đất rộng.
Để
Ngày

người phiêu lãng quên mình lãng du.
Chiều này còn..
ritard...
FIN

DỪNG BƯỚC GIANG HỒ

NHẠC VÀ LỜI HOÀNG TRỌNG

Soạn Piano
LEVEL 5
LINH PHƯƠNG

Gm F F Gm Gm
dấn bước trong phong sương. Từng bầy én bay bay muôn ngàn
A A Dm Dm Gm
hướng. Dừng đây nơi cũ nghe tiếng dìu trong gió Thu vương
Gm Dm A D
hòa nên khúc nhạc thơ tâm hồn ta lắng nguồn mơ.
D D D D D
Tới đây nơi xưa gió êm êm đưa áng mây
D D G G A
trôi tới xa xôi khuất nơi sau đồi. Quán tranh xiêu

Dừng Bước Giang Hồ
P,3

ĐÁM CƯỚI ĐẦU XUÂN

NHẠC VÀ LỜI TRẦN THIỆN THANH

A7
D
D
Đường qua nhà em nghiêng nghiêng sân nắng nghiêng nghiêng mây
Trò chơi trẻ con em cô dâu mới chưa nghe nặng ...
1. D
D
D
hồng. Chiều nao đuổi bướm, bướm bay vô
Em
A7
A7
vườn mà nước mắt rưng rưng. Rồi một ngày ....
2. D
D
G
A
... sầu. Chú rể ngẩn ngơ ra hái hoa

A7 D D
cà làm quà cưới cô dâu. Mười mấy năm
Em biết không
D G D
qua khi Xuân vừa hé nhụy thì đời trai vui chinh chiến, Anh xuôi miền
em Xuân nay lại trở về đường rừng hành quân sương xuống, thương sao là
G A7 3- D Em G Em
xa bao lần đếm bước Xuân qua, em ơi kỷ niệm xưa anh còn giữ mãi trong
thương trong màu áo sắc hoa ....
D 4 - D C#m D
lòng. sim dĩ vãng đâu trôi về nhắc anh ngày thơ.

D/ D D D D
Chuyện xửa chuyện xưa chuyện từ năm trước Xuân nay chưa về. Anh nói em
G G A A
nghe thương em từ lúc hoa chưa mặn mà. Cầu cho mùa
D D D G
Xuân nồng nàn lên má em tôi đợi chờ. Giữa lòng chiều
A A7 D Gm D/
hoang nâng cánh sim rừng ngờ màu tím hoa xưa./.

ĐÊM ĐÔNG

Piano Solo

Nhạc và lời : NGUYỄN VĂN THƯƠNG

LINH PHƯƠNG soạn độc tấu piano (trình độ 3)

ĐÊM ĐÔNG - (trang 2)

Bên song ngẩn ngơ kìa ai mong chồng
Đêm đông
Thi nhân lắng nghe tâm hồn tương tư
Đêm đông
Ca nhi đối gương ôm sầu riêng bóng
Gió nghiêng chiều say
Gió lay ngàn
cây
Gió nâng thuyền mây,
Gió reo sầu miên,
Gió đau niềm
riêng,
Gió than triền miên
Rit.

a tempo
Đêm đông
Ôi ta nhớ những đường về xa
Đêm đông
Ta mơ giấc mơ: Gia đình, Yêu đương
Đêm đông
Ta lê bước chân phong trần tha
phương
Có ai
thấu tình cô lữ đêm đông không nhà
R.H.
R.H.

ĐÊM ĐÔNG

Piano Solo

Nhạc và Lời: Nguyễn Văn Thương

Linh Phương Soạn Độc Tấu Piano Trình độ 6

ĐÊM ĐÔNG (Trang 2)

ĐÊM ĐÔNG (Trang 3)

ĐÊM ĐÔNG (Trang 4)

Level 5

ĐIỆU BUỒN DANG DỞ

Nhạc và Lời HOÀNG THI THƠ (1965)

Soạn Piano
Linh Phương

A
2.A B C#
Dm
Dm
Tình .. bấy nhiêu lạnh lùng !
Gm
Gm
Gm
Gm
Ôi ! mùa Thu lá Thu vàng úa.
C
C
C D E
F
Ôi ! mùa Đông gió mưa phủ phàng.
Dm
Dm
Gm
Dm
Ôi ! tình tôi như mùa Thu lá vàng tuôn, như mùa
Gm
Dm
A
Dm/
Đông mưa buồn rơi ôi tình tôi dỗ dang rồi ! Điệu

Dm Dm (♭) Dm Gm
buồn điệu buồn tựa như tiếng kinh khuya mà
A7 A7 A7 Dm
em và anh là đôi bóng con chiên.. Ngàn
Dm Dm Dm Gm
đời ngàn đời còn nghe kinh buồn ấy với
Gm A B C# Dm/ Dm/ HẾT
Thu vỡ vàng hay Đông bẽ bàng... Tình

ĐỒN VẮNG CHIỀU XUÂN

Nhạc và lời : TRẦN THIỆN THANH

Soạn Piano
LINH PHƯƠNG

C7
nhớ tới sắc áo năm
muốn vớt ánh sáng trăng //
1. C
nào em đến thăm gác
F
nhỏ...
F C/
Mùa //
2. C
thề viết tên
F
em.
F
Đồn
Dm
anh.
Dm
Đóng ven rừng
Dm
mai.
Dm
Nếu mai không
F
nở. Anh đâu
Dm
biết Xuân về hay
Gm
chưa !
Gm
Chờ
C
em
C
Một cánh thư
F
Xuân.
F
Nhớ thương gom

C C F F
đầy cho chiến sĩ vui miền xa xôi. Hẹn
F D7 Gm Gm
em khi đất nước yên vui. Mùa
C C7 F F
Xuân này nửa riêng đôi mình. Phút giây mộng
Bb F D7 Gm
mơ nâng cánh hoa mai nhẹ rớt trên vai gầy. Hồn
C7 C F
chới với ngỡ giữa Xuân vàng dáng em sang.
F F Bb F C F/
Đồn // sang
HẾT

ĐƯỜNG XA ƯỚT MƯA

Soạn Piano:
LINH PHƯƠNG

NHẠC VÀ LỜI ĐỨC HUY

C F C F G/
mưa. Ngại đường xa ướt mưa, em muốn anh đưa em
C Dm C Bb F
về; sao em không ở lại đây.. đêm nay ? Vì đường xa ướt
G A D
mưa đừng bắt anh đưa em về, anh xin em đừng về vì đường quá xa
G G/ F
xôi. Xin mưa triền miên mãi không lắng đọng.
Dm G C A
Cho đôi tình nhân đuối trong giấc mộng. Trong cơn ngũ quên trốn câu giã

To Coda
Dm
G
C
F
C
từ, vì đường xa ướt mưa.
Page 2
Coda
C
F
Fm
Ngại đường xa ướt..
Từ Từ Chậm Dần Để Hết
C

For Piano
Hight level
LINH PHUONG

EM ĐẾN THĂM ANH MỘT CHIỀU MƯA

NHẠC VÀ LỜI
TÔ VŨ

Dm Dm
Mặt nhìn mặt cầm tay bâng khuâng không nói một câu.
Am F Fm Dm F C
Lời nghẹn ngào hồn anh như say như ngây vì đâu ? Gió đưa cánh chim trời
F Fm C G G7
Đó đây cách xa với Chiều vui mưa ướt .... cánh.
Dm F6 F C F Dm C
Khá thương kiếp bềnh bồng Dẫu khắn khít đôi lòng Chiều nào anh xa
C E
anh. Có hay lúc em về
f

Dm
C
C
F
Gót chân bước reo âm thầm trên đường một mình ngoài mưa, mưa như mưa
F
Fm
C
trong... lòng anh.
Ta ước mơ một chiều thêu
Em
F
F
G7
nắng. Em đến chơi quên niềm cay đắng và quên đường
về ....
Tay Trái
Tay Mặt
T.Trái
Chậm Dần Hết..
C
C
FIN
8vb

LEVEL 4

EM HIỀN NHƯ MA SOEUR

Soạn Piano
LINH PHƯƠNG

Thơ Nguyễn Tất Nhiên Lời Phạm Duy

WALTZ
MODERATO

Cm Bb Cm Dm
tội. Đeo Thánh Giá huy hoàng, còn ta nhiều sám hối, mà
D E F# Gm Gm Gb
sao vẫn hoang đàng Đưa em về dưới mưa nói
Gm Cm Dm
năng chi cũng thừa. Đưa em về dưới mưa có nhau mà như
Gm G G G G
xa . Em hiền như Ma soeur vết thương ta bốn
G D C D G
mùa. Trái tim ta bệnh hoạn. Em yêu này em yêu.

G G G G G
Ta nhờ em ru ta. Hãy ru tên vô đạo. Hãy
D C D E F# G Gm
ru tên khờ khạo. Em yêu này em yêu. Đưa
Gm Gb Eb Dm Cm
em về dưới mưa. Chiếc xe lăn dốc già. Đưa em về dưới
Cm Dm Gm Gm Gm
mưa. Áo em bùn lưa thưa. ___ Đưa em về dưới
Gb Eb Dm Eb6 Cm
mưa. Hỡi cô em bé nhỏ ! Ôi duyên tình đã qua Có

Dm Gm Gm Gm Gm
bao giờ không xưa ? ___ Vai em tròn dưới mưa, ướt
Cm Dm Cm Cm Dm
bao nhiêu cũng vừa. Như u tình đã xa thấm linh hồn em
1. Gm Gm 2. Gm 8va
yêu ___ Em... yêu. ___ Fade Out La la là la
(8va)
Dm Eb Cm
la. La là là lá lá Lá a là la a ... La
(8va)
Dm Gm Cm Gm/
là là la la .. Đàn Chậm Dần Để .... HẾT

GHÉ BẾN SAIGON

PIANO SOLO

LINH PHƯƠNG soạn độc tấu piano (trình độ 3)　　　　*Nhạc : VĂN PHỤNG*

GHÉ BẾN SAIGON - (trang 2)

GHÉ BẾN SÀI GÒN - (trang 3)

GHÉ BẾN SÀI GÒN - trang 4

GIÓ MÙA XUÂN TỚI

Nhạc và Lời : Hoàng Trọng

Soạn Piano
LINH PHƯƠNG

F
Dm
C
ước cùng những đoá hoa ấp ủ trái tim tìm những phút say
C
C
C
C
mơ. Giữa mùa hoa thắm. Đất trời vui đón Xuân tưng bừng.
HẾT
C
Dm
C# 0
C
Muôn sắc khoe tươi. Reo hát ca vang lừng trời Xuân.
C
Cm
Cm
Cm
Trời Xuân tô màu sắc là những đoá hoa khi trời

Fm
Cm
G
G
Xuân thắm tô cho đời muôn màu. nồng ngát hương
Cm
Cm
Cm
thơm. Trời Xuân mang niềm
Ab
G
Fm
G
nhớ cho những kiếp người sống lạc loài ước mong
Cm
G
G
Ab
mùa Xuân rắc reo. Khắp ,nơi trần
G
G
thê.. Gió mùa Xuân..

LEVEL 5

GỬI GIÓ CHO MÂY NGÀN BAY

Soạn Piano
LINH PHƯƠNG

Nhạc và Lời ĐOÀN CHUẨN - TỪ LINH

SLOWLY
NHE NHANG

C Dm G
gió cho mây ngàn bay. Gửi bướm muôn màu về
C G7 C A
hoa. Gửi thêm ánh trăng, màu xanh lá thư về
Dm Dm-5 G G7 C
đây với Thu trần gian. Gửi gió cho mây ngàn
Dm G C
bay. Gửi phím tơ đồng tìm duyên. Gửi

G G7 C A Dm G
thêm lá thư; mầu xanh ái ân về đôi mắt như hồ
C C Dm
thu... Thấy hối tiếc nhiều thuyền đã sang
C Em Em F
bờ, đường về không lối. Giòng đời trôi đã về
F G
chiều, mà lòng mến còn nhiều, đập gương xưa tìm
C C E7
bóng.. Nhưng thôi tiếc mà chi, chim rồi

G F G F F G
bay, anh rồi đi. Đường trần quên lối cũ, người đời xa cách mãi, tình
G C C
trần khôn hàn gắn thương lòng. Gửi gió cho mây ngàn
Dm G F G C
bay.. Gửi bướm đa tình về hoa, gửi
G C A Fm G
thêm ánh trăng mầu xanh lá thư về đây với thu, trần
R.H C R.H. F R.H. Fm C
gian.
L.H. L.H. L.H R. H.

Level 4

GỌI NGƯỜI YÊU DẤU

Soạn Piano
LINH PHƯƠNG

Nhạc và Lời Vũ Đức Nghiêm

Gọi Người
Yêu Dấu
P.2

F F Bb G
xinh. Thương yêu dáng vai gầy thanh thanh. Thương yêu vòng tay ghì xiết ân
F Bb F Ebm6
tình. Thương yêu dáng em buồn bơ vơ. Thương yêu nét môi cười ngây
Gm F Bb C7
thơ. Thương yêu tóc buông lơi dịu dàng. Thương em mong manh như một cành
F F F F
lan. Gọi người yêu dấu xa vời. Mà - lòng lưu luyến bồi
Bb C7 F C7
hồi. Ngày biệt ly đành nhớ nhau thôi, khi chiều nhẹ rơi. _

C
F
F
Gọi người yêu dấu muôn đời nghẹn
F
Bb
C
ngào không nói thành lời. Tình yêu xưa ngày tháng pha
F
F
Bbm
phôi biết bao giờ nguôi.
Nhạc dạo
F
F Maj 7
F/
RITARD ... ĐÁNH CHẬM DẦN..
ĐỂ HẾT
pp

Hà Nội Mùa Vắng Những Cơn Mưa

Nhạc và Lời : Trương Quý Hải- Bùi Thanh Tuấn   Soạn Piano LINH PHƯƠNG

C F D Gm
vắng nghiêng nghiêng cành cây khô. Quán cóc liêu xiêu một câu thơ.
A7 A7 3 Dm C# Dm
Hồ Tây .. Hồ Tây tím --- mờ.... Hà Nội mùa
Dm Gm C F
này lòng bao nỗi nhớ. Ta nhớ đêm nao lạnh đôi tay. Hơi
Dm Gm G#m G#m
ấm trao nhau tuổi thơ ngây. Tưởng như, tưởng như....
A7 Dm Gm Dm Dm/
còn --- đây .... Music--

SƠ CẤP

HẠ TRẮNG

Nhạc và Lời Trịnh Công Sơn

Soạn Piano
LINH PHƯƠNG

Am E Am
tới/ Tôi đưa em về chân em bước nhẹ trời buồn gió cao. Đời xin có
Dm Am Am Dm E
nhau dài cho mãi sau nắng không gọi sầu. Áo xưa dù nhầu cũng xin bạc đầu gọi mãi tên
Am Am Am
nhau. Gọi nắng cho tóc em cài loài hoa nắng rơi.
Dm E Am Dm
Nắng đưa em về miền cao gió bay. Áo em bây giờ mờ xa nẻo mây.
Dm F 1. Am 2. Am
Gọi tên em mãi suốt cơn mê này. Thôi xin ơn // này....
HẾT

HẠ TRẮNG

Nhạc và Lời Trịnh Công Sơn

Soạn cho Piano
Linh Phương

Dm
Am
đời trong cơn mê này gọi mùa Thu tới. Tôi đưa em
E
Am
về chân em bước nhẹ trời buồn gió cao. Đời xin có
Dm
Am
nhau dài cho mãi sau nắng không gọi sầu. Áo xưa dù
Am
Dm
Am
nhầu cũng xin bạc đầu gọi mãi tên nhau. Gọi

Am
Am
Dm
nắng. cho tóc em
cài loài hoa nắng rơi.
Dm
E
Nắng đưa em về miền cao gió
bay Áo em bây
Am
Dm
E
giờ mờ xa nẻo mây.
Gọi tên em mãi suốt cơn mê
Am
Am
Dm
này.
NHẠC NHỎ DẦN ĐỂ HẾT....FADE OUT..

E
Am
Dm
Thôi xin ơn //
NHẠC DẠO
E
Am6+
FINE

HOA TRINH NỮ

NHẠC VÀ LỜI : TRẦN THIỆN THANH

Soạn Piano
LEVEL 4
LINH PHƯƠNG

G G G G7
vườn nhưng Hoa Trinh Nữ đẹp tựa tình duyên hai chúng ta...........
G/ C F Dm
-- Xưa thật là xưa nhớ mấy cho vừa nhớ Mẹ kể đêm
C Em C Am G
mưa .... Có ông Vua trẻ xuất binh qua
G C C F
rừng dẹp quân xâm --- lấn. Khi Vua kéo quân
Dm Em Am
về tình cờ gặp giai nhân, Vua xao xuyến tâm hồn với nàng về chốn hoàng

G7 G F G
cung, truyền cho khắp nhân gian đem lụa là đến cho nàng trên ngôi cao chín
G F C G7 C
tầng hoàng hậu đẹp như ánh sao.
Tôi không phải là
Em Am Dm
Vua nên mộng ước thật tầm thường; như yêu một loài hoa trên vùng đá sỏi buồn
G Am Am 3 Am
phiền, loài hoa không hương không sắc mầu, nhưng loài hoa biết khép lá ngây
G7 G F
thơ...
Tôi không phải là Vua nên nào biết đến xa

Em Am Em C Dm
hoa, không ngọc ngà kiệu hoa không nệm gấm không cung son. Tôi chỉ là
F G G7 G C Bm5-
người lính tầm thường. Thấy hoa nhớ người yêu rất xa.
C/ C Dm
Nâng nhẹ một cây lá xếp trong tay lá ngũ thật mê
C C Am
say. Ngỡ đôi mi gầy Khép đêm trăng
G Sus C C C F
đầy cài theo cung ái. Tôi nghe thoáng qua
3

Dm C Am
hồn mình vừa thành một quân vương, quân vương giữa hoa rừng lòng bàng hoàng nhớ người
Dm F G
thương. Và mong ước mai sau khi giặc rước vua về, cho giai nhân ngóng
G7 G Fm
đợi chỉ một cành Trinh Nữ
1.C
thôi.
Trở Lại Page
Fm C 3
2. C F Fm F
Đàn từ từ nhanh
Nhanh Nhanh
C Dm 5- C C Dm C
ĐỂ HẾT
HẾT

Cố nhân thăm thẳm phương trời
Còn đâu dư ảnh thoáng cười ngày xưa..

HOÀI CẢM

NHẠC VÀ LỜI : CUNG TIẾN

Soạn Piano:
LINH PHƯƠNG

Cm
Cm
C
hôn.
Lòng cuồng điên vì
Cm
A
Dm
f
nhớ. Ôi đâu người đâu ân tình cũ.
F
G
Dm
C
3
Chờ hoài nhau trong mơ nhưng có bao giờ thấy nhau lần nữa.
C
C
F
G
Một mùa Thu xa vắng như mơ hồ về trong đêm tối.

F G Fm
Cố nhân xa rồi. Có ai về lối
Cm Cm Cm
xưa. Chờ nhau hoài cố nhân
Cm G Cm
ơi ! Sương buồn che kín nguồn đời. Hẹn
Ab G Ab
nhau một kiếp xa xôi nhớ nhau muôn đời mà

G
Cm
Cm
thôi. Thời gian tựa cánh chim bay, Qua
G
Cm
Cm
dần những tháng cùng ngày. Còn đâu mùa cũêm
G
Ab
1.
TRỞ LẠI TRANG 2
vui nhớ thương biết bao giờ nguôi.
2.
Cm
Ab
Cm
nguôi...
Chậm để Hết

HOÀI THU

Nhạc và Lời Văn Trí

FOX MODERATO

Hoài Thu Đệm Nhạc

P,2

A
2. A
Dm
Dm
Mùa Thu năm... ... mùa Thu đi ngỡ ngàng.
Dm
Dm
F
F
Đoá hoa phù dung trắng xoá ngàn cây hiu hắc tiếng nhạc.
Nắng đây vẫn là nắng ấm ngàn Thu thương nhớ mơ màng.
D
Gm
1. A
A
Mảnh linh hồn tôi Thu nay là linh hồn tôi Thu nào
Gió Thu về đây mơn man hồ

2.
A Dm Dm Dm
Thu xanh biếc tràn lan. Đồi thông vi vút nghe chừng lá động muôn
Dm Dm Gm A
phương Đà Lạt những chiều mây vương có mùa Thu vàng dâng
Dm Dm D F
hương. Nhịp chân ai đấy hay là gió thoảng xa

D
F
Gm
xôi. Gió nào rung động tim tôi hay
A
Dm
Dm/
là dư âm Thu rồi.
5 3 1 3

Master piece
part 1 of 3

HÒN VỌNG PHU I

Nguyên tác : LÊ VĂN THƯƠNG

Dm Dm F Gm
3
cách quan sa trường. Quan với quân lên
cách quan xa vời. Chiêng trống khua vang
Dm Gm Dm Gm Am
đường. Hàng cờ theo trống dồn. Ngoài sườn non cuối thôn.
hồi. Ngần ngại trên núi đồi. Rồi dậy vang khắp nơi.
Dm Am Dm Dm F
Phất phơ ngậm ngùi bay. (Xang xang
Thấm bao niềm chia phôi.
F F Bb Bb/ Am/ Dm
xang xê hò xừ xang. Xừ liêu xê xang liêu ú liêu ú hò.)
Dm Dm Dm Dm
Qua Thiên San kìa ai tiễn rượu vừa
Vui ra đi rồi không ước hẹn ngày

Dm Gm Gm F6
tàn. Vui ca vang rồi đi tiễn binh ngoài
về. Ai quên ghi vào gan đá bao nguyền
Dm C F F
ngàn. Người đi ngoài vạn lý quan san.
thề. Nhìn chân trời xanh biếc bao la.
C C F Dm
Người đứng chờ trong bóng cô đơn. Bên Man
Ngườ mong chờ vẫn nhớ nơi xa. Bao nhiêu
Dm Dm Dm Gm
Khê còn tung gió bụi mịt mùng. Bên Tiêu
năm bồng con đứng đợi chồng về. Bao nhiêu

Gm
Dm
Dm
F
Tương còn thương tiếc nơi ngàn trùng. Người không rời khỏi
phen thời gian xoá bao lời thề. Người tung hoành bên
Am
F
Am
1.
Bb/
Am/
kiếp gian nan. Người biến thành tượng đá ôm
núi xa xăm. Người mong chồng còn//
Dm
2.
Bb
Am
Dm
Dm/
con.
đứng muôn năm.
HẾT

Chàng thì đi cõi xa mưa gió.
Thiếp thì về buồn cũ gối chăn.
Đoái trông theo đà cách ngăn.
Tuông giòng mây biếc trải ngàn
núi sông.

HÒN VỌNG PHU 2

AI XUÔI VẠN LÝ

Nhạc và Lời
LÊ THƯƠNG

Dm Dm C F
về. Đá mòn nhưng hồn chưa mòn giấc mơ.. ơ
hoà. Thấm vào đến tận tâm hồn đứa con ơ
tình. Bảo rằng đến lượt sơn hà chiến tranh ơ
Dm Dm Gm Dm
Có .. đám cây trên đồi, sống trong trong mơ hồ
Nên núi non thương tình kéo nhau đi thăm Nàng
Non sông xuyến xao tấc lòng. tiến quân nghe ban truyền
Dm Gm C F Dm
Ngày nào tròn trăng lại nhớ đến tích xưa. (ơ) Khi
Nằm thành Trường Sơn Vạn lý xuyên nước Nam (ơ) Dâng
Người đời rũ nhau mài kiếm đi viễn chinh (ơ) Dân
Dm F Gm Dm Gm
tướng quân qua đời. Kéo quân quân theo cờ, đoàn cỏ cây hãy còn trẻ
lá hoa suối nguồn với muông chim muôn vàn bầy cảnh Nam Bắc đầy cỏ
gian thoát qua mấy lần ách tham ô quân quyến mà vì hồn thanh kiếm còn chứa

Gm Dm Gm F6 Dm
thơ cho đến bây giờ đã thành những đoàn cỏ thụ
hoa như có khuyên nàng trở về chớ đừng để xuân
linh nên khiến sắc son bẽ bàng mắc nợ còn chưa
Dm Dm Gm Gm Dm
già. Mà chờ người đi mất tự ngàn xưa. Nàng đứng ôm
tàn. Nhiều đôi rũ nhau kéo thành đảo xa, Ru tới khơi
đền. Nhiều người tìm thanh kiếm thần thười xưa Đi xuống phương
Am Am Dm Am Dm
con xem chàng về hay chưa ? Về hay chưa ? Có
ngàn xem chàng về hay chưa ? Về hay chưa ? Chín
Nam xem chàng về hay chưa ? Về hay chưa ? Có
Dm Dm Dm Dm C
ai xuôi vạn lý nhắn đôi câu giúp nàng. Lấy cây hương thật
con long thật lớn muốn đem tin tới nàng. Núi ngăn không được
con chim nhỏ bé dám ca câu sấm thề. Cuối thu năm Mậu
Bb A Dm Dm
quý Tháp lên thương tiếc chàng.
xuống chúng kêu ca dưới ngàn. NHẠC ...
Tý Tướng quân đem kiếm về..

Dm Dm Dm
C C F F C
Thôi đứng đợi làm chi thời gian có hứa mấy khi sẽ
Ta cố đợi nghìn năm một nghìn năm khác sẽ qua đến
Đời mong đợi thằng con ngày nào nó xuống núi non xuất
Am Dm C Am Dm Dm
đem đến trả đúng kỳ những người mang mệnh biệt ly.
khi núi lở sông mòn. mới mong tới Hòn Vọng Phu.
chinh với cả mối thù nối lại giống nòi Chinh Phu.
1 Dm
2. Dm Gm Gm Am Dm
ĐỂ HẾT..

Đời xưa, đời xửa vua gì ?
Có người đứng ngóng trông
chồng đầu non.
Thế rồi trông mỏi trông mòn.
Thế rồi hoá đá ôm con đứng chờ.

HÒN VỌNG PHU 3

NGƯỜI CHINH PHU VỀ

LEVEL 5
Soạn Piano
LINH PHƯƠNG

C F Bb Dm A Dm
ff
MARCIA NHỊP ĐI
Dm Dm
Đường chiều mịt mù cát bay toả bước ngựa phi đường trường nếp tàn y hùng cường vẫn còn
Dm Dm Dm Gm C Gm
bay trong gió bóng từ xa sắp dần qua bóng chàng chập chùng vượt núi non cũ với hành
Dm Gm A Dm A Dm A Dm A Dm C
lương độ đường chiếc hùng gươm danh tướng dưới tà uy đếm nhịp đi vó ngựa phi. Dấn
F Dm A A
bước tang bồng giữa nơi núi rừng. bên nợ tình thâm, bên nợ giang sơn, bên đôi ai

Dm C Dm Hơi Chậm Dm
oán bên rừng đa đoan tiễn đưa bóng chàng.
Đường về nước chập chùng
Đò Vạn Lý đò ải
C A Dm C Dm C F
xa nhiều đồi núi cheo leo cây với rừng rườm rà. Đường vạn xuyên đường cỏ luỹ duyên núi
quan đò rừng lá nước trong bao cá lội từng đàn. Thành Cổ Loa đền Vạn Kiếp bao tháng
A7 Dm C Dm F
sông vẫn như thắm hoà..
năm dấu chưa xoá nhoà.
Tiếng núi non lưu luyến tất lòng bao nghìn năm.
F C Dm Dm/ C/ Dm C
Tiếng gió còn như tiếng trống dồn buổi khuya vắng.
Từ bóng cây ngôi mộ bên
Dm C Dm C F
đường,Từ mái tranh bên đình trong làng,nguồn sử xanh âm thầm vẫn sống bao mối thương vang dọng trong

Dm Dm Dm
lòng.
Đôi lan đôi quế rắc kho hương nồng, rừng
Đường cao đường thấp khấp khe chân chàng nhìn
C F F Gm Am Dm
sao đưa đồi rừng trắc lo che ánh lửa vầng dương tiếp đưa bóng chàng.
qua con đường mòn củ quanh co mấy buổi tà dương mới mong tới làng.
Dm Dm C
Nhớ cố hương lưu luyến tấc lòng mau dồn chân. Vết bước đi trên phiến đá
3 Dm Dm C Dm C
mòn còn in dấu. Từ bóng cây ngôi mộ bên đường. Từ mái tranh bên đình trong
Dm C F A Dm
làng. Nguồn sử xanh âm thầm vẫn sống, bao mối thương vang dậy trong lòng.

HƯỞNG XƯA

NHẠC VÀ LỜI CUNG TIẾN

SOẠN PIANO
LEVEL 2 +
LINH PHƯỞNG

Hương Xưa
P.2

Am
Bb
A
Gm
ru. Còn đó bóng đa hẹn hò, còn đó những đêm sao
tơ. Còn đó con diều dật dờ. còn đó nói bao nhiêu
1.C
C
C
mơ hồn ta mênh mông nghe sáo vi vu.....
Người ....
2. C7
F
F
lời thương yêu đến kiếp nào cho vừa ..
C
C
C +
f
Ôi ! Những đêm dài hồn vẫn mơ hoài một giấc xa xôi, buồn sớm đưa

C
C
C7
C7
F
chân cuộc đời.
Lời Đường thi nghe vẫn rền
trong sương mưa dù
Bb
A
F#7
có bao giờ lắng men đợi chờ.
đến bao giờ tái sinh cho người.
Tình Nhị Hồ vẫn yêu âm
Đời lập từ những đêm hoang
Bb
Gm
F
xưa,
sơ.
Cung nguyệt cầm vẫn thương Cô Tô.
Thanh bình như bóng trưa đơn sơ.
Dm
Gm
C
Nên hồn tôi vẫn nghe trong mơ tiếng đàn đợi chờ mơ hồ, vẫn thương muôn
Nay đời ta biến trong hư vô chất đầy từng mồ oán thù, máu xương tơi

1. F Em6 F
đời nàng Quỳnh Như thuở đó.....
2. F Em6
bởi nhiều mùa Thu.....
F F F
Người ơi ! Chiều nao có nắng vàng hiền hoà sưởi ấm nơi
F F F F
nơi. Người ơi ! chiều nao có thu về cho tôi nhặt lá thu
F F Dm
rơi. Tình có ghi lên đôi

Hương Xưa
P.5

Am
Bb
F
môi. Sầu có phai nhoà cuộc đời. Người
Gm
C
F
có thương yêu loài người và yên vui sống cuộc sống vui.
C
Bb
F
F
Gm
p
pp
Rit.......
người và yên vui sống cuộc sống vui......
Nhạc Chấm Dứt Đàn
Từ Từ Chậm Dần Nhỏ Tiếng..
Gm
F
F
ppp
HẾT

NGƯỜI YÊU TÔI KHÓC

TRẦN THIỆN THANH

Soạn Piano
Level 5
LINH PHƯƠNG

Người Yêu Tôi
Khóc P.2

C G G G
rời, ngày vui xé đôi, tình ngỡ xa xôi. Anh xin trọng đời
C G D G
gói thân trong một lần hối tiếc mãi thôi.. Khi người yêu tôi
G C C6 C6
khóc xin rất im lìm. Như từ đâu tôi
D G G LOCO G
dấu những cơn muộn phiền Xin đừng đem nước

G C C D
mắt gội xóa niềm đau. Cho yêu đương đó em còn được
D 3 - G C G
giữ trong tâm hồn rất lâu........ (Dạo Nhạc - Trở lại Trang 2)
G 4 - G G Cm G G
Chậm Dần Để Hết - RIT...

KIẾP NGHÈO

NHẠC VÀ LỜI : LAM PHƯƠNG

Soạn Piano
LINH PHƯƠNG

Dm Dm/ Gm/ Dm/ A/ Dm/
tăm. Ngập ngừng dừng bên mái tranh nghe trẻ thơ thức giấc bùi ngùi ---------- Êm
êm tiếng hát ngân nga ôi lời mẹ hiền ru thiết tha. Không gian tím ngắt bao la như thương
D Gm C F A
đường về quá xa. Mưa rơi có thấu cho ta lòng lạnh lùng giữa đêm trường, đời
A A Dm
gì chẳng tình thương không yêu đương. Thương cho kiếp sống tha hương thân gầy

Gm Dm Dm D 3 Gm
gò gửi cho gió sương. Đôi khi muốn nói yêu ai nhưng ngại ngùng đành lảng phai. Đêm
C F 3 A A7 3 3
nay giấy trắng tâm tư gửi người về chốn mịt mùng. Đời nghèo lòng nào dám mơ tình
Dm Dm Dm Gm C
dolce pp
chung... Trời cao có thấu cúi xin người ban phước cho đời

F Gm F Bb B0
con. Một mái tranh yêu một khối tình chung thuỷ không hề
A A A7 A Bb
phai. Và một ngày mai mưa không nghe tiếng khóc trong đêm
Dm A7 Bb A Bb A
dài. Đây cả nổi niềm biết ngày nào ai thấu cho lòng
Dm A A/ Bb/ A Dm
ai..
HẾT
8vb

LÒNG MẸ

Nhạc và Lời : Y Vân

Soạn Piano :
LINH PHƯƠNG

A
2.
Dm
yêu... ___ 2- Lòng mẹ thương... ... chiều vui cùng tiếng hát trẻ thơ. Thương
Dm Gm Dm Dm Gm
con, Thao thức bao đêm trường. Con đà yên giấc mẹ hiền vui sướng biết
A Gm A
bao. Thương con khuya sớm bao tháng ngày. Lặn lội gieo
Gm A Dm Dm Bb6
neo, Nuôi con đến ngày lớn khôn.. Dù cho mưa gió không quản thân gầy mẹ

Dm
Bb
A
A
hiền. Một sương hai nắng cho bạc mái đầu, buồn phiền. Ngày đêm sớm
Dm
Gm
Gm
A
tối vui cùng con nhỏ một niềm. Tiếng ru êm đềm mẹ hiền năm tháng triền -
Dm
Gm
Dm
miên.... Rall..........
pp

MẮT BIẾC

Linh Phương Soạn Độc Tấu Piano Trình độ 7

Nhạc và Lời: Ngô Thụy Miên

người - Mắt biếc năm xưa nay đâu ? Cánh sao còn đây Tóc mây nào
8va
bay - Phố vắng mênh mang mưa rơi - Ước mơ nào người Tình đã phai
rồi .... Tình yêu như mây khói - thoáng theo gió
buồn - mơ hồ - Tình yêu như giông tố - qua phố đìu
hiu - Nhớ dáng xưa yêu kiều - trong chiều nhạt nắng - cung đàn gợi

MẮT BIẾC - trang 3

mưa -
kết muôn bài
thơ -
Nuối tiếc yêu đương xa
xưa -
Tháng năm nào
trôi -
để nhớ nhung
buồn .....
1.
2.
f
p
pp

MẤT LỆ CHO NGƯỜI TÌNH

SOẠN PIANO: LINH PHƯƠNG

NHẠC VÀ LỜI : PHẠM MẠNH CƯƠNG & Y VÂN

Bb
Gm
C
trời. Bài hát chia phôi ban đầu, vẫn tiếng kinh
vừa. Chỉ thấy ánh mắt u hoài, tiếc nuối ân
3
4
F
F
F
chiều, cầu cho tình ái. Biệt //
tình trọn đời khó
F
F
F
phai.
Rồi đây anh như ngàn
C
F
F
gió, phiêu du từ đó, biết đâu bến bờ. Rồi

C F C
đây. Em phương trời cũ, quê hương tình ái, còn vương mắt
C F C
lệ. Tình yêu mong manh là thế xa xôi là
F F C
thế xót xa tình buồn. Tình yêu thương đau từ
F C7 F
đấy, dư âm còn đầy lệ trong mắt ai.....
Bb/ C/ C F F/

Tập Đàn Căn Bản Bước Đầu Của Điệu Rumba Tay Trái. Nhịp Chỏi SINCOPE. Phải Tập Kỹ Nhấn Ngón 5 Đầu Nhịp Thứ Nhất Để Lấy Đà Không Trể Nhịp.

MỎ HOA

NHẠC VÀ LỜI HOÀNG GIÁC

Soạn Piano
Level 2 +
LINH PHƯƠNG

DO (C)
C
C
SOL (G)
quên. Quên người gặp gỡ. Trong một chiều
đi. Bên lòng thầm nhớ. Bóng hình người
DO (C)
DO (C)
C
mơ. Chuông chiều ngân tiếng, vấn vương lòng
mơ. Trên đường xa vắng, bóng ai mờ
DO (C)
C
C
RE Thứ (Dm)
trông theo cô hái hoa. Bước đi bâng khuâng, muôn ngàn sầu
khuất lòng thêm vấn vương. Gió thông xa đưa, reo buồn sầu
SOL (G)
C
C
FA (F)
nhớ bóng mờ mờ xa. Tan giấc mơ hoa.
nhớ tới người chiều xưa. Cô hái hoa ơi !

F C C G
Bóng người khuất xa. Đôi đường từ đây.
Cô hái hoa ơi ! Mắt mờ đoái trông.
G C C F
Ai bước đi không hẹn ngày. Người tuy xa vắng
Trong giấc mơ ta mong chờ. Dù hoa quen bướm
F C C C
Nhưng lòng ta khắc ghi. Bên đèn một bóng.
Âm thầm riêng có ta. Hoa còn tàn úa.
G 1. C C 2. C C/
Tháng ngày chờ mong. Lưu luyến chi
Tơ lòng còn ... .. vương.___

MỞ KHÚC TƯỞNG PHÙNG

Nhạc và Lời LÂM MINH

Eb Eb Fm G7 G7
Duyên tình hờ hững sống đời buồn khổ hết
Ab Fm G G Cm
rồi ngày vui trong niềm ân ái. Ôi thời hạnh
Cm Fm Fm Bb G
phúc đã trôi qua. Nhưng lòng ta vẫn luôn
Eb Eb Eb Fm G
mơ xa. Mơ người yêu quý nhớ lại tình

G Ab G7 C C
cũ để cùng ta vang Khúc Tương Phùng ca.
C C C C C
Một hôm ngày gặp nhau. Đời tươi vui cùng tia
C Dm Dm Dm Dm
nắng trên cành hoa đào. Ta được gần
Dm Dm Dm G
bên nhau. Mặc không gian mặc cuộc sống ra thế

C C C CMaj7 C
nào. Lòng ta được hân hoan.
C C C F F
Cùng nhau ta có thể mơ những ngày sáng. Say
F F C C Dm
đắm trong câu ca mơ màng Ta hát theo cung đàn của
G7 C 1. C/ 2. C C/
giấc mộng vàng. vàng.
FINE

Bản Nhạc Này Có Thể
Đàn Tay Mặt Khoá Sol
(Melody) Tay Trái Nhìn
Hợp Âm (Chord).

MỘNG BAN ĐẦU

Thơ HỒ ĐÌNH PHƯƠNG Nhạc HOÀNG TRỌNG

Soạn Piano
LINH PHƯƠNG
LEVEL 6

Gm Gm A7 Dm/ Gm/ Dm
đón bên bát nước chè xanh chan chứa mộng yên lành. Nhớ về thăm em
sống quăng gánh nối lòng nhau em thấy mộng ban đầu. Nhớ về thăm em
Dm Dm Gm Gm
nhé ! Đừng than nỗi đường xa. Đây tiếng hát câu
nhé ! Đừng khinh mái lều tranh. Rau muối ấm tâm
Em Bb A A
hò đang canh cánh mong chờ, anh nhớ về anh nhé ! Hôm qua buồn nhìn
tình cơm ngô sắn no lòng, anh nhớ về anh nhé ! Trông em mừng vườn
Dm Dm Dm Dm
đâu. Thoáng mẹ già nom thấy. Hỏi con chờ ai
cau. Trái mập tròn xuân mới. Bỗng mẹ cười mẹ

Gm Gm/ A Dm
đấy ? Em víu lấy cành dâu che giấu Mộng Ban Đầu.
nói : " Con bé lớn thật mau, mai mốt mẹ ăn trầu."
Dm To Coda
Trở Lại
Dm Trang 1
Coda
Dm A A
Hôm nay đợi chờ..
Ai cưới được nàng dâu !
A Gm Dm/ A Dm/
Ai cưới được nàng dâu !
HẾT

MỘNG LÀNH

NHẠC VÀ LỜI HOÀNG TRỌNG

Soạn Piano
LINH PHƯƠNG

A
Gm
A
2.
Bb/ A/ Dm
3
nàn............................
ước đem tình sánh vai.____
Dm/
Dm
Bb
Ôi ! đôi mắt long lanh. như ánh trăng
Bb
Dm
Dm
Gm
thanh soi sáng đất lành một đêm thái bình.
Ôi ! môi thắm màu
Gm
Bb6
Bb
A
hoa. Năm tháng dần qua buông những lời ca như gợi lòng ta... ____

Mộng Lành
P.3

A
Dm
Dm
Ấy tơ đồng chờ ta chấp nối nhưng nào hồn ta dám
Gm
Dm
A
nói vì muốn duyên tình đẹp hoài.
Vì tình ấm không là tình
A
Gm
Dm
Dm
Gm
hoà mà ấm khi lòng còn chờ, thầm ước mơ rồi ước mơ...
Gm
A
Dm
Music Fade out
FINE

Nhịp C chia 2 ¢ biến đổi giá trị các dấu nhạc phân nửa trong bài. Thí Dụ :

Dấu Trắng 𝅗𝅥 = 1 Nhịp

Dấu Đen ♩ = 1/2 Nhịp

Nên Đàn Phải Nhanh của Điệu Pasodoble.

MỘNG VIỄN DU

Nhạc và Lời : VĂN PHỤNG

Soạn Piano
LINH PHƯƠNG
LEVEL 5

E
To Coda
E
E
E
đêm trăng sáng chuyện thần tiên lai láng thiết tha cung đàn nhịp nhàng. Áng mây
trong thanh mát. Ngàn người vang câu hát dưới muôn hoa muôn mầu huy hoàng. Có ai
Am
Am
E
E
cuốn tâm hồn dịu dàng. Thiết tha với cung đàn nhịp nhàng. Dìu hồn
biết chăng chuyện tình cờ. Có ai đoán đâu nào mà ngờ. Chuyện thần
E
E
To Coda
E
Am
ta đi tới miền thần tiên thanh thú sắc hương huy hoàng nên thơ.
tiên giây phút chìm dần trong mây khói vấn vương tâm hồn trong mơ.
Am
B5-
C
B5-
Am
G
G
Hào quang bốn phương huy hoàng. Bầy tiên nữ
Hào quang với muôn huy hoàng. Bầy tiên nữ

Mộng Viễn Du
P.3

MÙA ĐÔNG CỦA ANH

Nhạc và Lời TRẦN THIÊN THANH

Soạn Piano
Level 5
LINH PHƯƠNG

F
F
Bb
mới.
Em ơi đông lại về
từ trăm năm lạnh
giá.
Xưa hôn em một lần
rồi đau thương tràn
F
F
1. Bb
giá,
tim anh như ngừng
thở, từ sau ân tình
đó..
Em nghe
lấp.
anh yêu em một
ngày và xa Em trọn...
Bb6
C
C
không ? Mùa đông
mùa đông
C
2. Bb
C
Ngày nào ta xa.....
kiếp,
nên anh yêu mùa
đông, nên anh yêu mùa
Bb
F
F
đông, ôi mùa đông của
anh.
Anh chỉ là người

Bb F D
điên, trong vườn hoa tình ái ! Anh chỉ là người say, bên đường em nhìn
Bb Gm Bb
thấy. " Em đi đi.. người điên không biết nhớ và người say không biết
C C/ Bb
buồn. Những cuộc tình dương gian muôn đời không nghĩa
F D Gm
lý, nhưng người vẫn tìm nhau trong vòng tay tình ý, Như đôi
C C/ Bb/ C/ F F Bb F G7
ta.. niềm yêu xưa chỉ còn một vì sao anh lẽ loi...

F F F Bb
Trời lập đông chưa em ? Cho lũ dơi đi tìm giấc ngũ buồn.
Bb C C Bb F
Để mặc anh lang thang, ôm giá băng ngỡ thầm người yêu tới.
F/ Bb/ Bb F
Đêm chia ly em về đường khuya em bật khóc, anh xa em thật
F Gm Bb
rồi.. làm sao quên mùi tóc. Em hỡi em.. " Có phải tình băng

Trở Lại Trang 2
1. C7
F
F/
giá là tình đẹp trên thế gian.
Anh chỉ là người..
2.
F
Gm
C7
gian. Em hỏi em " Có phải tình băng giá là tình đẹp hai chúng
F
Gm
C7
ta. Em hỏi.. em .. " Có phải tình băng giá là tình nồng trên thế
F
F
F
gian.......
MUSIC TO END FADE OUT

MÙA THU CHẾT

Phổ thơ Pháp Nhạc Phạm Duy

Soạn Piano
Linh Phương

A Dm C
rồi, em nhớ cho. Em nhớ cho đôi chúng
Bb F F Dm
ta; sẽ chẳng còn nhìn nhau nữa, trên cõi đời này, trên cõi
A Dm Gm
đời này. Từ nay mãi mãi không thấy nhau từ nay
Gm Dm A
mãi mãi không thấy nhau, từ nay mãi mãi.... Không thấy
Dm Dm
nhau.. Ta ngắt đi một cụm hoa thạch

C#0
Bb6
A
Dm
thảo .. Em nhớ cho mùa thu đã chết rồi. Ôi ngát
Gm
Gm
A
hương thời gian mùi thạch thảo. Em nhớ cho rằng ta vẫn chờ
Dm
C
Bb
em. Vẫn chờ em, vẫn chờ em. vẫn chờ
A
Dm
A
Dm
Dm/
em, vẫn chờ vẫn chờ đợi em..
Ritard...

MÙA THU CHO EM

Nhạc và Lời NGÔ THỤY MIÊN

Soạn Piano
LINH PHƯƠNG

E E A B7
mây xanh thay tóc rối, nhặt môi môi em thơm nồng, Tình yêu vương vương má hồng, sẽ
A E E E A
hát, bài cho em và ru em yên giấc tối, ngày mai khi mưa ngang lưng đồi chờ
B7 E E E
em anh nghe mùa Thu tới. Em có mơ mùa Thu cho ai nức nở ? Em có
B7 E A
mơ mơ mùa mắt ướt hoen mi ? Và em có mơ khi mùa Thu tới hai chúng

E
B
ta sẽ cùng chung lối, em với
anh mơ mùa Thu ấy tình ta ngát
To Coda
E
A
A
hương .... Dạo Nhạc ....
Trở lại Trang 1
3-
4
B
E
B
Nắng ...
B
E
A
E

MÙA THU TRONG MƯA

PIANO SOLO

LINH PHƯƠNG SOẠN ĐỘC TẤU DƯƠNG CẦM TRÌNH ĐỘ 3

NHẠC: TRƯỜNG SA

MÙATHU TRONG MƯA - (TRANG 2)

MÙA THU TRONG MƯA (trang 3)

MÙA THU TRONG MƯA (trang 4)

MÙA THU YÊU ĐƯƠNG

Nhạc và Lời : LAM PHƯƠNG

G
F
G
G7
Đôi trẻ lạc loài trên chiếc lá vàng mùa Thu yêu
C
C
C
đương. Đường vào Pa ris.
C
C
C
Có lắm nụ hồng. Có tiếng thì
Am
Dm
C
thầm. nhưng em chẳng cần. Mình sống cho nhau.

G C C
Vượt lòng đại dương.
Mình gặp lại
Dm Dm F
đây.
Sau cơn khát dài
thương nhớ bao
G C C
ngày tình yêu trong tay.
Mùa Thu
C C C
ơi ! Pa - ris dệt mộng tình si.
Khi

C Em C F
nghe người đi vào đời. Thấy lòng như bớt đơn côi.
F C Dm F
Bờ môi em là nguồn yêu thương đắm đuối. Ngày
G G G C
thuyền tình về bến mơ, ta sẽ cho nhau niềm vui tuyệt vời.
8va
C Dm Dm C
Em ước mơ sau. Cũng như ngày đầu.

(8va)
C
F
Fm
Thương lời ngọt ngào đưa anh vượt khỏi cơn đau ngày
(8va)
C
LOCO
C
C
nào. Mùa Thu thay lá.
C
Dm
Dm
Mùa nối tơ duyên. Em nguyện một
F
G
C
C
đời tình ta mãi là Mùa Thu Yêu Đương.

MƯA HỒNG

Nhạc và Lời : TRỊNH CÔNG SƠN

Soạn Piano - Fingerded
By LINH PHƯƠNG

C F C E G
Còn gì nửa sương mù đã lâu. Em đi về cầu mưa ướt áo. Đường phượng bay mù không lối
F G C C F
vào. Hàng cây lá xanh gần với nhau. Người ngồi xuống mây ngang đầu. Mong em
C C Em F C Am
qua bao nhiêu chiều Vòng tay đã xanh xao nhiều. Ôi tháng năm gót chân mòn trên phiếm
G C F C Em
du. Người ngồi xuống xin mưa đầy. Trên hai tay cơn đau dài. Người nằm
C Em C Fm C/
xuống nghe tiếng ru. Cuộc đời đó có bao lâu mà hững hờ.

Chú Ý : Điệu Tango
Khi Đàn Base Tay
Trái Tiểu Khúc B
Phải Dậm Ngón 5
Đầu Nhịp (Accent)

MƯA RƠI

Nhạc và Lời ỨNG LANG

Soạn Piano
LINH PHƯƠNG

F
F
C
G
khuâng.
Nghe tiếng tơ dịu dàng.
Nhìn lá úa theo hoa
NHẤN NGÓN TAY TRÁI
PRESS FINGER
G7
G
C
C
tàn tiếc
than phút giây lìa
tan.
Ai
F
F
C
C
đi.
Như xoá bao lời thề.
Thuyền theo nước trôi không
G7
F
G7
C
về thấu
cùng lòng ai não
nề riêng chốn phòng
khuê.

C/
C
C
C
Mưa
rơi.
Chiều nay vắng người.
Dm
G7
G7
C/
F# 1. F
Đêm dài vắng ai.
Thương nhớ nào nguôi.
C
C
2. F#/ F
C
C/
Bâng ..
nguôi.

NẮNG CHIỀU

NHẠC VÀ LỜI : LÊ TRỌNG NGUYỄN

Soạn PIANO
Level 4
LINH PHƯƠNG

D
2.G
G/
Em
Anh // vương. Nay anh về qua sân
Bm7
3
Em
C6
D
nắng chạnh nhớ câu thề tim tái tê. Chẳng biết bây giờ người em
Bm
G
G 8 va
C
gái duyên ghé về đâu ! Nay anh về nương dâu
Em
Em
C6
D
úa giọng hát câu hò thôi hết đưa hình bóng yêu kiều kề hoa
Bm
C
D
LOCO
tím biết đâu mà tìm. Anh

G Em Bm G
nhớ xót xa dưới tre là ngà. Gợn buồn nhìn
Em Am D7 G
anh em nói mến anh. Mây lướt thướt
Em G E7 C6
trôi khi nắng vương đồi. Nhớ em dịu
D G Cm G/
hiền nắng chiều ngừng trôi.
HẾT

Soạn cho người lớn
Số Ngón Tay (Fingers)
Quảng(Interval)
LINH PHƯƠNG

Ngàn Thu Áo Tím

Vĩnh Phúc - Hoàng Trọng

Cm
Cm
Cm
C4 (Fm)
xôi, bóng mưa giăng mờ tối. Anh xa
rơi, bóng anh như làn khói. Mưa rơi
C4 (Fm)
C4
C4
Cm
xôi áo bay trong chiều rơi. Anh xa
rơi bóng anh xa ngàn khơi. Mưa rơi
Cm
Cm
Cm
Cm
xôi áo ôm tim lẽ loi tím lên khung trời
rơi có hay chăng lòng tôi có hay bao giờ ..
1.
B6 (G)
Cm
Cm
Cm
nhớ nhung đầy vơi. Mưa rơi...
2.
B6 (G)
bóng người yêu

B0 (G) B0 (G) C
tới. Từ khi xa anh em
C C C C
vẫn yêu và nhớ mà sao anh đi đi
C C C6 C6
mãi không về nữa một bóng áo tím buồn ngẩn
C C/ C G
ngơ ướt trong chiều gió mưa khóc thương hình bóng
B0 (G) B0 (G) C C
xưa. Ngàn Thu mưa rơi trên

C C C C
áo em màu tím, ngàn Thu đau thương vương
C C C6 C6
áo em màu tím nhuộm tím những chuỗi ngày vắng
C G C
nhau, tháng năm còn lướt mau, biết
G C C/
bao giờ thấy nhau.

NGÀY ĐÓ CHÚNG MÌNH

Soạn Piano LINH PHƯƠNG

NHẠC và LỜI : PHẠM DUY

Trình độ

(8va)
G
A7
Loco
A
mơ lại mộng ngời. Và — se tơ kết
mê mải tìm lời. Tìm trong đêm rách
D
G
D
D
tóc giam em vào lòng thôi... Ngày
rưới cơn mơ nào lẻ loi... Ngày
D
G
D
D
cresc.
f
>
đôi ta ca vui tiếng hát với đường dài. Ngâm
đôi ta chôn vơi tiếng hát đã lạc loài. Chôn
G
D
G
D
p
khẽ tiếng thơ khơi mạch sầu lơi... (ơ ơ ơ) Ngày
kín tiếng thơ rơi ngậm ngùi rơi... (ơ ơ ơ) Ngày

D A7 D D Gm
đôi môi đôi môi đã quyết trói đời người. Ôi những cánh tay
đôi môi thương môi đã xé nát nụ cười. Ôi những cánh tay
Gm D Gm A7 TEMPO D
Rit.....
mp
đan vòng tình ái... (ơ ơ ờ) Ngày đó có ta
ngỡ ngàng tả - tơi.. (ơ ơ ờ) Ngày đó có bơ
D D D A7
mơ được trọn đời. Tình vươn vai lên khơi tới chín
vơ lạc về trời. Tìm trên mây xa khơi có áo
Bm D D G
trời mây khói... Ngày đó có say duyên vượt bể
dài khăn cưới... Ngày đó có kêu lên gọi hồn
D D A7 G
ngoài. Trùng dương ơi giữ kín cho lâu đài tình
người. Trùng dương ơi có xót xa cũng hoài mà

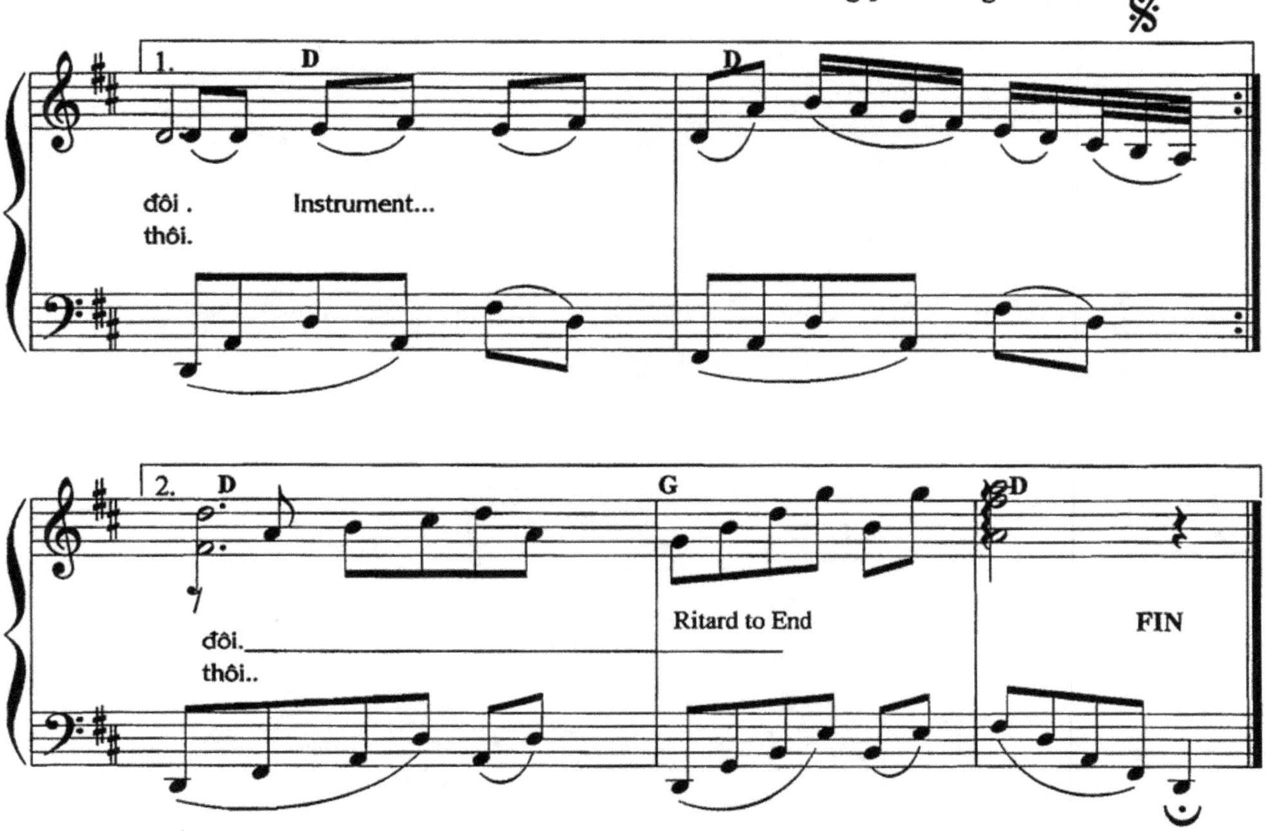
1.
D
D
đôi .
thôi.
Instrument...
2.
D
G
D
đôi.
thôi..
Ritard to End
FIN

NGÀY VỀ

Nhạc và Lời HOÀNG GIÁC

Soạn Piano
Level 2
LINH PHƯƠNG

C
Dm
D
G
về. Tìm lại đường tơ nay đã đứt. Nghe tiếng chim chiều về gọi
C
C
F
F+
F
gió. Như tiếng tơ lòng người lạc bước. Nhấp chén men
C
C
Fm
G
C
Đàn Chậm Dần Khi HẾT
say còn vương bóng quê - hương dừng bước tha hương lòng đau.

NGÀY VỀ

Nhạc và Lời : HOÀNG GIÁC

Soạn Piano
Level 3
LINH PHƯƠNG

C G7 C CMaj7
hường vui gió sương. Riêng hồn ta mang nỗi nhớ
C CMaj7 C
thương. Âm thầm thương tiếc cho ngày về, Tìm lại đường
Dm Dm/ D/ G/ C
tơ nay đã dứt. Nghe tiếng chim chiều về gọi gió.
C F F
Như tiếng tơ lòng người lạc bước Nhấp chén men

C
3
G7
1.
C
say còn vương bóng quê hương dừng bước tha hương lòng đau. Trên đường tha
2.
C
F
G
đau.____
Dạo Nhạc Để Hết
C
F
Fm
C
C/
RITARD...............

Ngày Về Quê Cũ

Nhạc và Lời KHÁNH BĂNG

Soạn piano
LINH PHƯƠNG

D D Gm 3
Vời trong quê cũ lắng trong sương mờ.
Đường xưa lối cũ nay đã xoá nhoà.
Gm Bb A
Nhớ thương ai đêm ngày ngóng trông âm thầm một
Vết chiến chinh điêu tàn tả tơi vương sầu khắp...
1. A A 2.
bóng ......
... nơi.
D D D
Người ơi ! Hát vang Khúc
(Miền) Nam ! Ánh dương lên
Dm 3 Dm Gm Gm
Thái Hoà. Đàn ơi ! Cất cao lên
tưng bừng. Ngàn hoa ! Thắm tươi như

D D Em
thiết 3 tha. Khắp thôn làng rộn ràng
đón mừng. Nắng xuân về tràn trề
D
sống trong tâm tình một nhà, Nắm tay ta
ý xuân ngọt ngào lời thề, Chúa Xuân huy
E E 1. A
đùa nhịp nhàng trong tiếng đàn vui.
hoàng người ...
A 2. A A D
Miền... người sống vui Thanh Bình. Giờ nầy người
Bm Bm Bm Bm
em yêu dấu năm xưa còn đâu ? Nhờ giòng thời

Em Em Bm
gian cho nhắn đến em vài câu.
Bm F# F#
Nhớ nhung bên mái lầu, tiếc thương tình
Bm Bm F# F#
ban đầu. Đời chia đôi ngả vương bao mối
B/ Bb/ A/ D
sầu. Từ đây !
D D 3 D
Sống vui nơi quê nhà. Đồng

G
G
D
quê !
Lúa xanh tươi ngát màu.
D
Em
Mái tranh nghèo ngày nào lửa bình điêu
D
D
A
tàn, Giờ này khói hương Thanh Bình ngợp
A
D/
A/
Dm/
trời khúc ca yêu đời.

NGHÌN TRÙNG XA CÁCH

Nhạc và Lời : PHẠM DUY

Soạn Piano:
LINH PHƯƠNG

C F C Fm6
mờ. Vạt tóc nâu khô. Còn chút thơm tho. Thả gió bay đi.. mịt
C C C G
mù... Nghìn trùng xa cách. Người đã đi rồi. Còn gì đâu nữa. Mà giữ cho
C/ Cm Cm Cm Cm
người.______ Trả hết về người. Chuyện cũ đẹp ngời. Chuyện đôi
Eb6 Cm Cm G
ta. Buồn ít hơn vui. Lời khóc lời cười,chuyện ngắn chuyện dài Trả hết cho
Ab G Eb6 Eb
người, cho người đi. Trả hết cho ai. Ngày tháng êm trôi. Đường ta

Ab Cm Fm
đi. Trời đất yên vui. Rừng nắng ban mai. Đường phố trăng
Eb Ab G
soi. Trả hết cho người, cho người đi. Trả hết cho
Gm Gm F# SUS 6
ai. Cả những chua cay. Ngày chia tay. Lặng lẽ mưa
Gm Eb6 G
rơi. Một tiếng than ôi. Gửi đến cho người. Trả hết đôi
D G/ G
3
môi........ gượng cười. Nghìn trùng xa cách. Đời đứt ngang

G G G
rồi. Còn lời trăn trối. Gửi đến cho người.
G C F/ C
. NGHÌN TRÙNG XA CÁCH. Người cuối chân trời. Đường dài hạnh
C/ F/ 1. C Cm
phúc. Cầu chúc cho người. Trả hết cho
C 2. C C C C/
người. NHẠC CHẬM DẦN NHẸ NHÀNG ĐỂ HẾT
5 3 2 1 2 3

Người Em Nhỏ

Soạn Piano LINH PHƯƠNG

Thơ : THIÊN GIANG - Nhạc : NGUYỄN HIỀN

VALSE MODERATO
Tempo : 114

F Gm Gm Dm Dm C7
cau Mai ta nhìn mây trắng. Gửi lời
C7 F F F F
về thương nhau. Chiều nay buồn viễn xứ, nhớ người em gái
F Bb F C7 C7
xưa Tôi thấy phương trời cũ. giăng giăng một hàng mưa.
Gm Gm Dm Dm A
Mơ về đôi môi thắm. Cười ngày

A A A Dm
tôi lên đường. Quê ta chừng xa
D7 Gm Gm F F
lắm, giờ em có mến thương ? Tôi có người em
C C7 F F F
nhỏ. Xanh xanh đôi hàng mi.
F Gm Gm Gm
Môi hồng còn đương độ.
Gm C7 C7 F F/
Đã biết sầu biệt ly.

NHÀ VIỆT NAM

Soạn Piano
Linh Phương

NHẠC & LỜI : THẨM OÁNH

HÙNG DŨNG

C C F C
nhà Việt Nam Nam Bắc Trung chung dòng.
C Dm Dm C
Dân con Việt Nam hằng mong bên
C G G C
tâm cố xây nhà Việt Nam.
C C C C
Nam Quan cho đến Cà Mau.
C C C C
Là nhà Việt Nam non nước tươi một màu.

G Bb Bb G
Yên vui anh trước em sau.
G G G7 G7
Đừng có xa nhau mà lòng tan nát đau.
G C C C
Khăng khăng thề tay nắm tay.
C C C G
Cùng khao khát say ánh vinh quang sáng soi ngập trời.
G Am Dm G7
Nhà Việt từ nay.

G7
G7
G
C
Trung Nam Bắc cùng một lòng mừng vui.
C
1.
C
C
Nhà Việt //
2.
C
Nhạc để dứt
Mạnh mẽ
G
C
C
C
C/
ff

Tập Đàn Những Nốt HOA MỶ (Fantasie) Những Trường Canh Có Dấu Lặng Trống. Ta Thêm vào nốt HOA MỶ để cho đầy Dòng Nhạc. Xem Bài theo Lời Nhạc. Phần Đệm Giản Dị Để Chú Ý HOA MỶ Của Tay Mặt.

NHỚ BẾN ĐÀ GIANG

Nhạc và Lời VĂN PHỤNG

Soạn Piano Phá Cách Để Hiểu Nốt Hoa Mỷ
Level 4
LINH PHƯƠNG

Gm Gm Gm Gm Gm
lâu, ôi mong nhớ làm sao bao nhiêu bóng người thương mến năm
Dm Dm Dm C#
nào. Tôi thương mái chèo lơi bên
Dm C# Dm Dm
manh áo tả tơi những người lái con đò trên dòng
Dm Dm Gm Gm
nước. Ai xuôi bến Đà Giang nghe
Gm Gm Gm C#
trăng gió thở than bâng khuâng ngắm dòng sông nước mơ

Nhớ Bến Đà Giang
P.3

Dm
C#0
Dm
C#0
mơ bến ngày xưa bên đôi mái chèo đưa nhịp
Dm
C#0
Dm
Dm
nhàng gió ru hoà duyên tình nước. Ai
Dm
Gm
Gm
Gm
xuôi bến Đà Giang. Ai qua chuyền đò ngang cho
Gm
A
1. Dm
Trở Lại Page 3
tôi nhắn niềm thương nhớ dâng tràn
2. Dm
Gm
Gm
Dm
Dm/
tràn.

NIỆM KHÚC CUỐI

Nhạc và Lời : NGÔ THUY MIÊN

Soạn PIANO
LINH PHƯƠNG

FOR LEVEL

A F F Fm
lầy có lá buồn gầy. Dù sao, dù sao đi nữa, tôi cũng yêu
C C/ C Fm
em. Tựa vai nhau, cho nhau yên vui, ấm áp cuộc
C C C
đời. Tìm môi nhau, cho nhau rã
F C C
nát rã nát tim đau. Vừa đôi
C C A
tay ước muốn tù đầy, tóc rối bạc màu vết dấu tình

F
F
Fm
sầu, Nhìn em, nhìn em giây phút, muốn nói yêu
C
C
C/
em. Xin cho tôi, tôi như cơn
F
C
Em6
ngủ, ru em đưa em một lần ru em vào
A
G
C
mộng đưa em vào đời một thời yêu đương.

C
C
F
Cho tôi xin em như gối mộng, cho
C
C
A
tôi, ôm em vào lòng xin cho một lần, cho đêm mặn
G
C
C/
nồng yêu thương vợ chồng.
Dù mai
C
Fm
C
đây anh xin đưa em đến cuối cuộc đời.

* Phần tay mặt có 2 hàng : Dòng nhạc giai điệu chính là nốt trên (sterm up) dòng nhạc viết nốt dưới(sterm down) là nốt hoa mỹ thêm cho lả lướt hơn.

NỖI BUỒN HOA PHƯỢNG

Soạn Piano Linh Phương

Nhạc và Lời : THANH SƠN

Em
Am
Em
Buồn riêng một mình ai. Chờ mong từng đêm gối chiếc, mối u hoài này anh có
B7
B/
Em
hay !.
Nếu ai đã từng nhặt hoa thấy buồn.
Em
Em
Em
Cảm thông được nỗi vắng xa người thương.
Màu hoa phượng thắm như máu con
Am
Em
B
1.Em
tim, mỗi lần Hè sang kỷ niệm. Người xưa biết đâu mà tìm.
Em
Em
Am
Em
Giã biệt bạn lòng...
tìm...
pp
Chậm dần để HẾT

NỤ CƯỜI TÍM

NHẠC VÀ LỜI : TRƯỜNG SA

Soạn Piano
Level 3
LINH PHƯƠNG

A
1. D A
không, khi gió đông hôn tóc em êm nghe chút tàn phai không
E A
em. Chiều còn làm rét mướt về....
2 D B E
A
vẫn trôi để lỡ một thời yên vui.
A A E
Còn hờn nhau nữa mà chi,

E A Bm
Cho héo mòn thêm đôi vai gầy.
Bm E E A
Ngắt cánh hoa màu tê tái.
A Bm E
hoa về tan tác rơi trong chiều hoang những cánh rơi buồn nhặt
A A
khoan. Để người về nuôi chút tình hoài
3

A E Bm
3 3 3
_ Áo tím xưa mờ trong dáng mây. ___
E F#m D
___ Đôi mắt xưa màu xanh chớm phai cho tháng năm nghe
E A
xót xa từng chuỗi buồn dài em mang..... ___
D A
FINE
Nhạc Dạo Để Hết __

NỬA HỒN THƯƠNG ĐAU

Piano Solo

LINH PHƯƠNG soạn — *Nhạc : PHẠM ĐÌNH CHƯƠNG*

NỬA HỒN THƯƠNG ĐAU (TRANG 2)

nào
Anh ở
đâu ?
Em ở
đâu ?
Có chăng mưa
sầu
buồn đẹp
mắt
R.H.
sầu
Nhắm
mắt
chỉ thấy một
chân trời tím
ngắt
Chỉ thấy
lòng nhớ nhung chất
ngất
Và tiếng hát
vànước
mắt
Đôi khi em muốn

(NỬA HỒN THƯƠNG ĐAU - trang 4

Ô MÊ LY

Nhạc Văn Phụng - Lời Văn Khôi

SOẠN CHO PIANO
FINGERDED
LINH PHƯỞNG

VUI TƯƠI PASODOBLE

mây vàng. Dục lòng ta dạo khúc ca với đàn.
Một chiều mưa ta hát vang mưa rơi ! Rồi cùng
ta mưa đáp "cho tươi đời !" Một ngày nắng ta
hát vang Nắng tươi ! Đàn cầm tay say sưa hát là nguồn

C G E C
C/ C/
vui. Gió sớm đã về cùng tiếng hát tiếng cười. Thấp thoáng bóng
C Dm Dm Dm
người ngoài đám lúa cất lời. Thấy tiếng hát cười là gió sớm đến mời Người ơi đàn
G C C C
đi ! Ô Mê Ly ! Mê Ly !
C C C/ C
Ô Mê Ly ! Mê Ly đời ta.

C/ C/ C/ C/
Đứng giữa cánh đồng nhìn ánh nắng phớt hồng. Có tiếng hát chòng từ đám lúa lướt
Dm/ Dm/ Dm/ G
về . Thoáng thấy tiếng nàng và thoáng có tiếng cười đàn ta hoà vang.
G C C C
Ô Mê Ly ! Tơ duyên.
C/ G7 G7 C
Ô Mê Ly ! Khúc ca triền miên.

Ô Mê Ly ! Đời sống bao duyên tình. Trời về
trưa ngồi dưới hàng cây xanh. Nhìn bao la đồng
lúa xa xa mờ. Đàn hoà vang tựa sóng xô đến
bờ. Đường về thôn em bé vui câu ca. Dục hồn
thơ tha thiết yêu quê nhà. Đàn cùng ta reo khúc ca
C/ C/ C Dm Dm
G7 G7 C C C
C Dm Dm G7 G7
C C/ F F C C/
C C C C F F

Trở lại trang 3
chơi vơi. Nhạc còn vang nhịp nhàng đưa ngàn nơi.
đưa ngàn
nơi. Nhạc còn vang nhịp nhàng đưa ngàn nơi. Nhịp còn
vang nhịp nhàng đưa... ngàn... nơi...
Nhanh Dồn Dập Để Hết
HẾT

ỎN NGHĨA SINH THÀNH

DƯƠNG THIỆU TƯỚC

Soạn Piano
Trình Độ 4
LINH PHƯƠNG

Ơn Nghĩa Sinh Thành
P.2

QUỐC CA VIỆT NAM

Soạn Piano
LINH PHƯƠNG

Thù nước lấy máu đào đem báu.
Nòi giống lúc biến phải cần giải
nguy người công dâng luôn vững bền tâm
trí hùng tráng quyết chiến đấu làm cho khắp
nơi vang tiếng người nước non cho đến muôn

đời. Công dân ơi !
Mau hiến thân dưới
cờ Công dân ơi !
Mau làm cho cỏi
bờ thoát cơn tàn phá vẽ vang nòi
giống xứng danh nghìn năm giòng giống Lạc Hồng.
Rit...

Quỳnh Hương

TRỊNH CÔNG SƠN

Soạn Piano
Linh Phương

FOX MODERATO

G7
G7
1.
C
trăng. Vừa khép những đoá mong manh.
C/
Trở Lại
Page. 2
Ta ....
2. C
... manh.
C
C
Thôi ! Chào em về
G7
G7
giữa phố xá thênh thang. Không gì vui thì
G7
C
hãy gắng nhớ đôi lần.

RIÊNG MỘT GÓC TRỜI

Nhạc và lời : NGÔ THỤY MIÊN

Soạn Piano
Linh Phương
Level 3

1. E
2. C
Am
Am/
cresc.
Người vui bên // vơi. Riêng một góc trời. Người yêu
Am
F
E
A
3
f
dấu ! Người yêu dấu hỡi ! Khi mùa Xuân vội qua chốn nơi đây. Nụ hôn đã mơ
Dm
F
E
E
p
f
say, bờ môi ướt mi cay. Nay còn đâu ..? Tìm đâu
Am
F
E
A
thấy ? Tìm đâu thấy nữa..? Khi mùa đông về theo cánh chim bay là hạnh phúc rã -

E
Am
Am
rời.... decresc. Người ơi...! pp
p Một mai em nhé ! Có nghe thu
Am
G#
Am
Am
về trên hàng lá khô ... ?
Ngàn sao lấp lánh hát câu mong
Dm
Dm
Dm
E
cresc.
chờ em về lối xưa.
Hạ còn nắng ấm thấy
ĐÀN 2 LẦN KHI HẾT
Am
F
Am
Dm
f
lòng sao buốt giá...?
Gọi tên em mãi trong cơn mê
E
Am
Am
f
này mình nhớ thương nhau....

RỒI MAI TÔI ĐƯA EM

PIANO
LINH PHƯƠNG

Nhạc và Lời : TRƯỜNG SA

Trình độ 2+

G C F C C F
hồn nắng ngủ say. Lời yêu trót đong đầy. Đón em Thu qua
F C C Dm G Am/
bay. Tiển em Xuân chưa phai. Xót ngày vàng còn gì ? Đành đoạn rồi những
F G/ C Em
8va
lần chiều hẹn ước.... Rồi mai chân hoang vu lên phố gầy. Tôi về
8va
Em F C LOCO C Am
nhớ trong mắt môi đã đắng cay. Còn ai mơ trên tay khi hoàng

Dm
Fm (Dm 5-)
C
C
3
hôn. Võ giấc Xuân muộn về trên môi hồng. Chiều
4
C
C
Am
Dm
hồng. Còn ai mơ trên tay khi hoàng hôn. Võ
Fm (Dm 5-)
C
C
C
giấc Xuân muộn về trên môi hồng........

SAI GON

Nhạc & Lời : Y - VÂN
Soạn Piano : Linh Phương

C C F
gió chan hoà niềm vui say sưa. Lá la la la la. Lá la la
G G C
la là. Ôi đời đẹp quá, đẹp quá tràn bao ý thơ. Một tình yêu
C F G
mến ghi lời hát câu ca. Để lòng thương nhớ bao ngày vắng nơi
C F Dm
xa. Sống mãi trong tôi bóng hôm nay sẽ không phai. Sài Gòn đẹp
C G 1.C 2.C F C
lắm Sài Gòn ơi Sài Gòn ơi ! Dừng chân trên ơi !.

SẦU VƯƠNG KHÓI MÂY

MUSIC & LYRIC BY NGỌC TRỌNG

PIANO ARRANGER
LEVEL 5
LINH PHUONG

E E B0
đùa. Gào thét cơn
Dm/ E E Am a tempo
đau Kỷ niệm nung nấu.______ Nhịp
Am A Dm Dm
sống lướt mau giờ ta ở đâu ? Mờ
G G C C
khói hơi cay thế nhân cùng say. Đèn

F
Dm
E
tất im hơi bóng đêm ê chề.
E
E
Dm
E
Ngồi đếm thương yêu nghe hồn não
Am
Am
Am
f
nề.............
Nhớ khi cùng sánh vai đùa
Dm
E
Am
vui.
Lỡ cung đàn xót xa mà
thôi.

Dm
3
3
G
C
cresc.
Giấc mơ nào đó không còn vương đêm vắng buồn còn
Dm
E
3
E7
f
tiếc thương chi tình yêu sầu úa................
E Maj 9
Am
A
Nắn nót đôi tay sầu vương khói
Dm
Dm
G
mây. Giọng hát năm

G
C
C LOCO
xưa nhẹ theo gió đưa. Rồi
F
Dm
E
sớm mai kia khi xa nhau rồi. Một
Dm
G#
Am
Dm
cánh hoa thơm rơi rụng cuối trời.............
8va
Am
Dm
Am
Dm
Am

SUỐI MƠ

Nhạc và Lời : VĂN CAO

SOẠN PIANO
High Level
LINH PHƯƠNG

ơi ! Ôi nguồn yêu mến, còn
ghi khi bóng ai tìm đến. Đàn ai
nắn buông lưu luyến. Suối hát theo đôi chim
quyên.
Từng hẹn mùa xưa cùng xây nhà bên suối. Nghe suối róc rách trôi

hoà lừng hương gió ngát. Đàn ai đùa trong khóm lá vàng
tươi. Tơ đàn chùng cùng với tháng
năm, rừng còn nhớ tới người. Trong chiều nào giữa chốn
đây, hồn cầm lắng tiếng đời.. Suối

ơi !
Nghe rừng heo hút, giòng
nước đưa lá khô già trút.
Còn như lưu hương yêu dấu.
Với suối xưa trôi nơi đâu..
1.
2.
Suối...
.đâu...
FIN

SUỐI TÓC

Nhạc và Lời VĂN PHỤNG

Soạn Piano
Level 5
LINH PHƯƠNG

Suối Tóc
P.2

G G G
Tìm đâu thấy liễu
(Người em) gái đứng
G C
xanh xanh lả lơi. Hay đi
im trong hồi lâu. Tôi ngập
D E D
tìm dòng suối tóc trên vai.
ngừng lòng muốn nói đôi câu.
G C
Ghi trong khoé mắt u hoài hình bóng
Xin cho suối nước non ngàn tìm đến
Bm 1. D7 D7
ai. Tôi thấy em một đêm Thu êm
nhau. Như chúng

D
D
2. D7
3
ái.
Người em...
ta
đôi
D
G
G
C
đời hàn gắn thương đau.
Tôi muốn đưa em qua
Tay Trái NHE
C
Bm
D
miền rừng núi xanh.
Chúng ta
D
D
G
cùng thăm con suối dịu êm.

G
G
Am
Nhưng thiên nhiên không êm như tóc
D
D
G
huyền.
Nhưng thu qua không trong
A
D
D
như đôi mắt em..
Lòng tôi
G
G
C
muốn viết nên đôi vần thơ.

C G E
– Hay cung đàn cùng - nét bút tranh
D D7 G
hoa. Xin em biết nhé cho
C G D D7 3
tình hai chúng ta. Trong ý thơ cung
D7 G C
đàn và suối tóc mơ.
C Cm G
1 4 1 2 1 3 1 3 5 5
8vb

THÀNH PHỐ BUỒN

NHẠC VÀ LỜI : LAM PHƯƠNG

FOR PIANO
LINH PHƯƠNG

Slow Rock
T.60

thưachiều dướisương mù.Quỳbênem trong góc giáo đường.Tiếng kinhcầu đẹp mộng yêu đương.Chúa thương
tình, sẽ cho mình mãi mãi gần nhau. ______________ Rồi từ đó vì cách xa duyên tình
thêm nhạt nhoà. Rồi từ đó chốn phong ba em làm dâu nhà người, Âm
thầm anh tiếc thương đời. Đau buồn em khóc chia phôi. Anh về ôm ấp kỷ niệm tìm
vui ! Thành phố buồn lắm tơ vương. cơn gió chiều lạnh buôt tâm hồn, và con

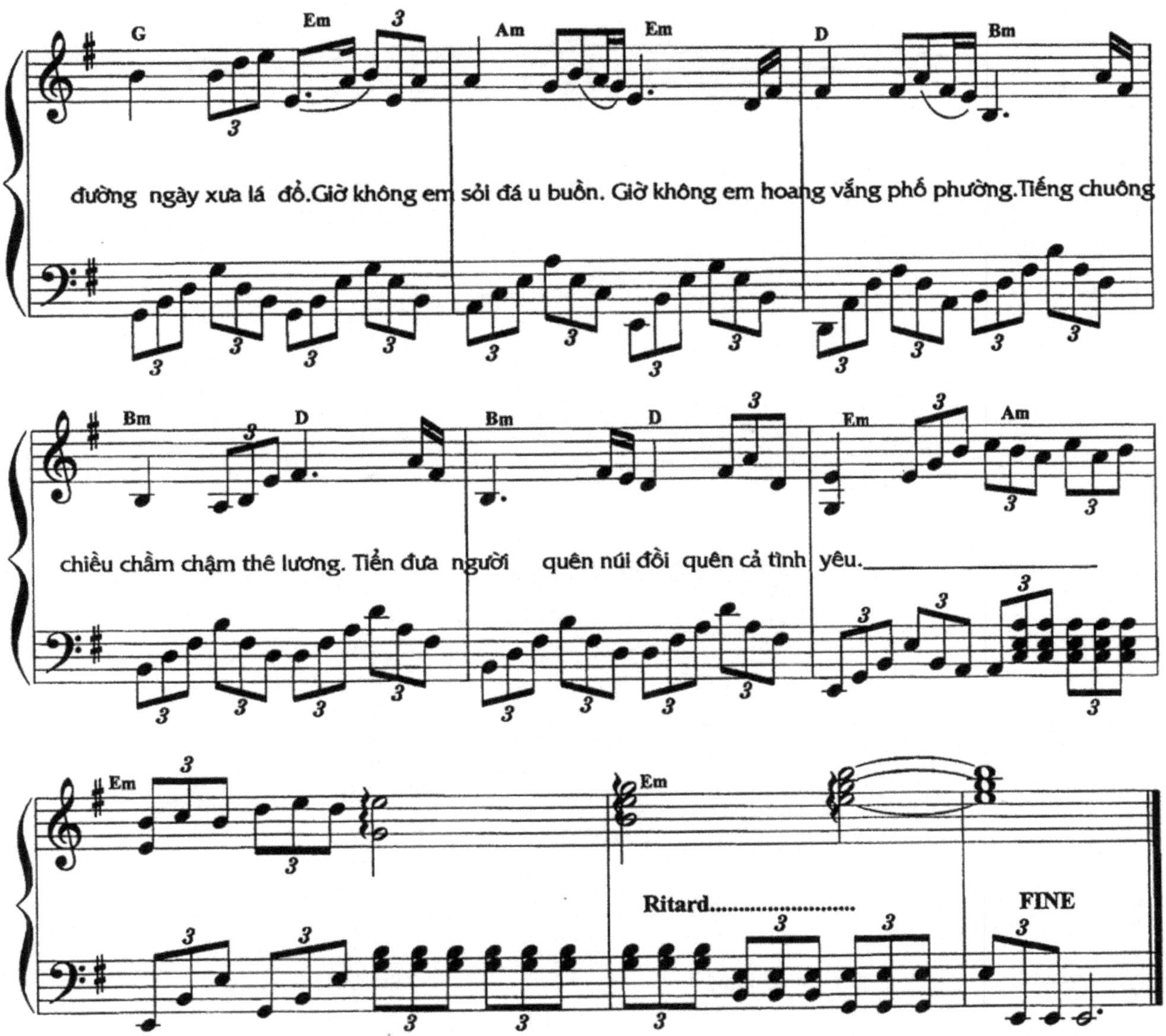
G
Em
Am
Em
D
Bm
đường ngày xưa lá đổ.Giờ không em sỏi đá u buồn. Giờ không em hoang vắng phố phường.Tiếng chuông
Bm
D
Bm
D
Em
Am
chiều chầm chậm thê lương. Tiễn đưa người quên núi đồi quên cả tình yêu.
Em
Em
Ritard.........................
FINE

THIÊN THAI

Nhạc và Lời : VĂN CAO

SOẠN PIANO
LINH PHƯƠNG

Bb F Dm Bb C Dm
3
gió tiếng đàn xao - xuyến.. Phím tơ lưu luyến.
Bb Dm Gm Gm A Gm
Mấy cung u huyền. Mấy cung trìu mến Như nước reo mạn
Dm A Dm Dm A
thuyền, Âm ba thoáng rung cánh đào rơi. Nao
Gm Dm Bb Dm
nao bầu sương khói phủ quanh trời. Lênh đênh dưới hoa chiếc thuyền lan. Quê
F A7 Gm A
hương dần xa lấp núi ngàn. Bâng khuâng chèo khua nước ngọc tuyền, Ai

Bb Am Dm Dm Dm
hát trên bờ đào nguyên..
Thiên Thai chốn đây hoa
Thiên Thai chúng em xin
Dm F Gm A C 3
xuân chưa gặp bướm trần gian. Có một mùa đào dòng ngày tháng chưa tan qua một
dâng hai chàng trai đào thơm. Khúc nghê thường này đều cùng múa vui bầy tiên theo
ĐAN HƠI NHANH
1. Dm 2. Dm D D
lần. Thiên... đàn.. Đèn soi trăng êm nhạc
Bb D7 A D. A
lắng tiếng quyên, đây đó nỗi lòng mong nhớ.. Này khúc bồng lai.
A Dm Dm F
Là cả một thiên thu trong tiếng đàn chơi vơi.. Đàn xui ai quên đời dương

Dm Gm A Dm Dm Dm
thế đàn non tiên đàn khao khát tình duyên. Thiên thai ánh trăng xanh
Dm F Gm A Gm 3
mơ tan thành suối trần gian. Ái ân thiên tiên em ngờ phút mê cuồng có một
Dm D D D
lần.. Crest ff Gió hắt trầm tiếng ca. Tiếng phách còn lắng
D A7 A D D
xa. Nhắc chi ngày xưa đó đến se buồn lòng ta. Đào nguyên trước
D F#m A A7 D G
Lưu Nguyễn quên Trần hoàn. Cùng bầy tiên đàn ca bao năm..

G D Bm Em D
p
*Đàn Chậm *
Nhớ quê chiều nào xa khơi. Chắc không đường về tiên nử
D D D D
f
ơi . Đào nguyên trước Lưu Nguyễn khi trở về. Tìm đào nguyên, đào
D G G D Bm Em D G
f p
nguyên nơi nao ? Những khi chiều tà trăng lên. Tiếng ca còn rền trên cỏi
D
3 3 3 3 3 3 3
tiên....
HẾT

Tay Mặt là dòng nhạc chính (Melody) đàn lớn tiếng hơn Tay Trái Đệm nhạc Accomp. tiếng đàn đệm nhỏ hơn không nện ngón. Chỉ nhấn ngón 5 lấy đà nhẹ nhàng thôi cho đúng nhịp VALSE

THOI TỎ

Nhạc và Lời : Đức Quỳnh

Soạn Piano : LINH PHƯƠNG

Valse Moderato

Am
3 F 5
3 F 1
3 C
C
Như lúc em còn thơ.
Như lúc ta còn thơ.
C 1 2
3 C 4
5 C
1 G 2
Rồi để anh làm thơ .
Rồi để anh làm thơ.
Và để
Và để
Page 3
To Coda
G 1
2 C
C
2 C 1
2 C 4
em dệt tơ.
em dệt tơ.
Ta dệt xong may
F 5 5
4 F 3 5
4 C 4
C 1 3
G 2
áo, áo anh và áo em thiếu tơ nàng se thêm..
G
2 C 2
1 C 2
5
C
Thơ em làm anh hát.

Thơ em làm anh may.
Ta xây đời bằng
mộng.
Như tiếng
Trở Lại Page
rập con thoi.
Coda

Bài Này Đàn Tạo Thêm Những
Nốt Hoa Mỹ (Fantasy Note -
Fill In) chỗ dòng nhạc (Melody)
Ngân Dài Ta Thêm Nốt Cho Đầy
Dòng Nhạc Không Trống Trải Sau
Khi Đã Thuộc Melody)

THU SẦU

Nhạc và Lời LAM PHƯƠNG

Soạn Piano
Linh Phương

Dm Db Dm Gm Dm Db
sầu. Nhịp cầu ô thước hẹn đếm mai sau.
Dm Gm Dm Bb
Ngày dài nhung nhớ mình cũng như nhau, trên cao bao vì sao sáng, rừng vắng có bao lá
A7 Dm Dm
vàng, là bấy nhiêu sầu. Người đi hoa lá chết trong mùa
Dm Db Dm Gm Dm Db
nhớ. Người về lặng lẽ tình vẫn bơ vơ.

Thu Sầu
P.3

Dm
Gm
Gm
A
Thà rằng chôn kín mộng ước xa nhau.
Quên đi cho hết một kiếp thương
Dm
Gm
Dm
Gm
2. Dm
Gm
đau.
Người từ ngàn dặm về mang nỗi ..
đau./.
Dm
A
Dm
Dm/
Quên đi cho hết một kiếp thương đau.
HẾT
1 1 2 3 1 1 2 3
5

Tay Trái Chủ Âm Là Ngón 5
Bài này Tone C (Do Trưởng)
Để Ngón Út Là Do .
Học Thuộc Số Tay fingering
Mới Đạt Kết Quả.Tập chậm
Để Nghe Giòng Nhạc.

THU VÀNG

NHẠC VÀ LỜI CUNG TIẾN

Soạn Piano
Easy Level
LINH PHƯƠNG

2. C C
... không.
F F C
Mùa Thu vàng tới là mùa lá vàng
C F F C C
rơi. Và lá vàng rơi khi tình thu vừa tới.
F F C C D
Nhặt lá vàng rơi xem màu lá còn tươi. Nghe chừng như
D G G C C
đây màu tê tái... Chiều hôm qua lang

Thu Vàng
P.3

thang trên đường. Nhớ nhớ buồn buồn với chán
chường. Chiều hôm nay trời nhiều mây vương.
Có mùa Thu vàng bao nhiêu là thương
Trở Lại P.2
thương. Có mùa Thu vàng bao
nhiêu là thương.....

HIGH
LEVEL

THU VÀNG

Nhạc và Lời CUNG TIẾN

Soạn Piano
LINH PHƯƠNG

F G G C
1.
Có mùa Thu về tơ vàng vương vương.
Có nghe lá vàng não nề rơi ...
2. C C
.. không.
F F
Mùa Thu vàng tới là
C C Dm G
mùa lá vàng rơi.
Và lá vàng rơi khi
C C F F
tình Thu vừa khơi.
Nhặt lá vàng rơi xem
C C D/ D/
màu lá còn tươi.
Nghe chừng như đây màu tê

G
G
C
VARIATION
tái.
(Chromatic)
Chiều hôm
C C C C
qua lang thang trên đường. Nhớ nhớ
C F G C
buồn buốn với chán chường... Chiều hôm
C C C G
nay trời nhiều mây vương Có mùa Thu

G
C
C
vàng bao
nhiêu là
thương ....
Trở Lại Trang 2
ĐÀN TỪ TỪ NHANH ĐỂ HẾT
G
G
G
C
Có mùa Thu
vàng bao
nhiêu là
5 3 2 1 2
5 3 2 1 2 3
C
G
G
C
thương.
Có mùa Thu
vàng bao
nhiêu..
G
C
C
C/
là ....
thương ./.
ff

Phải Tập Thuộc Melody (Giai Điệu) Bài Nhạc trước khi thêm những Nốt HOA MỸ Fantasie vào đàn mới liền với nhau không rời rạc.

THƯỞNG HOÀI NGÀN NĂM

Nhạc và Lời PHẠM MẠNH CƯƠNG

Soạn Piano giản lược LINH PHƯƠNG

Dm Gm Dm Bb A7
Ai đó dù có hững hờ, ai đó dù đã âm thầm, ra đi ôm mộng trùng
Dm Dm Dm
dương. Thương hoài ôi
Dm Gm Gm C7 C7 F
ngàn năm còn đó ! Đá mòn mà tình có mòn đâu ?
Dm Bb Bb A A
Tình đầu là tình cuối người ơi ! Suốt đời mình

A
Dm
Dm/
Dm
nguyện cầu lứa đôi.
Thời gian âm thầm như nước về trôi.
Dm
Gm
Dm
Dm
Gm
Lòng trót yêu người tình khó đổi thay.
Hoa thắm rồi có khi
Dm
Bb
A
A7
Dm
Gm
tàn, tình ấy chỉ đến một lần, tâm tư thương hoài ngàn năm.
1.
Dm
2.
Dm
A7
Dm
Dm
Thương..

TÌNH KHÚC CHIỀU MƯA

Nhạc và Lời Nguyễn Ánh 9

Soạn Piano
Linh Phương

G G G
loi. Chiều mưa ngày nào sánh bước bên
Am D7 G Em
nhau tin yêu dạt dào mộng ước mai sau cho ân tình đầu mãi mãi dài
Am D7 G G
lâu cho duyên tình đầu đừng có thương đau. Chiều nay một mình chiếc bóng đơn
Am D G Em
côi mưa rơi giọt buồn giá buốt tim côi mưa rơi lạnh lùng xoá dấu chân

Am
D7
Gm
xưa tin yêu bây giờ trả lại người xưa. Tình
Gm
Gm
D7
D7
lỡ nên tình buồn. Tình xa nên tình sầu. Tình
Eb
Cm
D
D
yêu phai nhạt màu tình đau. Lời
Gm
Gm
D
D
cuối cho cuộc tình dù đã bao muộn phiền lòng
Eb
D
Gm
vẫn yêu trọn đời người yêu ơi .

TÌNH KHÚC CHO EM

NHẠC VÀ LỜI : LÊ UYÊN PHƯỢNG

Soạn Piano : LINH PHƯƠNG

C Fm6 C Fm6 C
lánh, ôm rách nát không tâm linh, ôm tiếng hát không hơi rung nghèo nàn.
C Fm Fm C G
Còn yêu chi hoa ngày xanh, héo hon vì mong manh bỏ quên lại người
G7 C C C F
sau ngỡ ngàng. Thương em khi yêu lần đầu, thương em lo âu tình
C F F Fm C
sâu, dù gương xưa không được lau, soi lấy bóng mối duyên đầu, cho tôi yêu em nồng

To Coda
Am Dm G G7 Fm C
nàn, cho tôi yêu em nồng nàn, dù biết yêu tình yêu lần đầu.
Turn Page 2
Coda
C F F C
Vì đâu men say phồn hoa, như áo gấm sáng lóng. Dù biết yêu tình
G C C F
yêu muộn màng.
Đàn Nhẹ Nhàng Fade Out ... Chậm dần để Hết
Fm C C/

TÌNH KHÚC MÙA ĐÔNG

Soạn Piano
LINH PHƯƠNG

Nhạc và Lời THANH TRANG

C Dm F G G Fm
Thương cho người về cô đơn với bóng. Mây chiều lạc loài đã xuống. Với thu mênh
C/ F/ Em
mông. Anh lãng du đêm dài vùng khói mây. Hôn tóc
Em F Dm
em nghe hồn mình đắng cay. Tháng năm buồn miệt mài từng ngón
C D F#7 F G
tay. Khi về còn xao xuyến ru hồn người đắm say .

G C C C
Nhớ mãi từng chiều thu rơi ngàn trùng
Tóc đó là vùng mây trôi ngập
C C F G7
ngừng.
Đêm mong người về cho vơi giá buốt. Nghe hồn từng mùa đã
G7 Fm 1.C
khuất. Tiết thu mênh mông. Anh lãng
2. C F Fm G CMaj 7
mông.. Music to End

TÌNH KHÚC MÙA ĐÔNG

NHẠC VÀ LỜI THANH TRANG

Soạn Piano
Level 6
LINH PHƯƠNG

xuống. Với thu mênh mông. Anh lãng du đêm dài vùng khói
em. Hôn tóc em nghe hồn mình đắng cay. Tháng năm
buồn miệt mài từng ngón tay, khi về còn xao xuyến ru hồn mình đắm
say.
Nhớ mãi từng chiều thu rơi ngàn

trùng.
Tóc đó là vùng mây trôi ngập
ngừng.
Đêm mong người về cho vơi giá
buốt. Nghe hồn từng mùa đã khuất.
Tiết thu mênh mông.

TÌNH KHÚC MÙA XUÂN

NHẠC VÀ LỜI NGÔ THỤY MIÊN

F C F
đàn buồn dâng mây tím giăng ngang buồn thương ân ái phai tàn. Mùa
F Dm Bb
Xuân đến chưa em bước chân ai dìu tiếng mưa đêm vắng xa chưa giòng tóc mây bay.
F Gm F
Mùa thu vẫn chưa nguôi giận hờn. Mùa đông vẫn chưa thôi lạnh lùng giòng
C7 F Bb F
nhạc cuốn em mang trôi dài mãi trôi....
CHẬM DẦN ĐỂ HẾT

TRÊN NGỌN TÌNH SẦU

Nhạc và Lời : Từ Công Phụng

Soạn Piano : LINH PHƯƠNG

Trình Độ 4

G F C F
hiu từ mất em ngắt tạnh. Môi thâm khô từ thuở định hôn
C Dm F CMaj7
người. Ngày tháng hạ khi không mà trở rét Giọt nắng
F C G7 Fm
vàng như sương mờ lạnh ngắt. Sao khi không người ngoảnh mặt kiêu
C G/ C G E7 Am
sa.. Chiều qua đó chân ai. Còn ríu rít âm thưa.
C G Dm Sus4 Em6 Em6 G
Lời ai ru như mơ, cho trời xuống thật gần. Người trông ngóng hương đưa.

Mùi mái tóc êm đưa.
Nhẹ theo lá oan khiên. Lả
tả mái hiên người.
Tôi...
Nghe hắt
hiu từ mất em ngất
tạnh. Con dế
buồn, tự tử giữa đêm
sương. Bầy sẻ
cũ cũng qua đời lặng
lẽ. Em ở
đó bờ sông còn ẩm
cát. Con sóng

G G7
1. C
tình, vỗ mãi một âm quên............
** ĐỂ HẾT **
2. C
G Fm G C Fm
quên... Rit.... to End
Fm C C F Fm Em6
1 2 3 1 3 5
C
R.H R.H
L.H L.H L.H
pp

TRƯỜNG LÀNG TÔI

Nhạc và Lời : Phạm Trọng Cầu

Soạn Piano
Linh Phương

G G G7 G7 G7 G7
Trường làng tôi không giây phút tôi quên dù cách xa muôn trùng trường
C C C Em F C
ơi ! Nơi sống bao mái đầu xanh màu.
C C A F F
Đời tươi như bao lá xanh lá xanh. Theo tháng
G C C C G
ngày chiến cuộc lan tràn trong xóm thôn nát tan trường
C C Em F C
tôi. Không bóng hình bao trẻ nô đùa.

C C A F F Dm
Cùng nhau vang hát khúc ca vô tư. Mơ đến ngày nước
C C C G C C
non yên lành tràn xóm thôn ấm ngôi trường xưa.
C Em C C C
Trường làng tôi nay vang tiếng ê a nay in bóng bao
A Dm Dm G G
em nô đùa. Trường làng tôi không
G7 G7 C G7 C C/
giây phút tôi quên nơi sống bao kỷ niệm ngày xanh.
G A B

VUI ĐỜI NGHỆ SĨ

NHẠC VÀ LỜI : VĂN PHỤNG

Dm
G7
C
NỮ CA
C
chứa bao la trong bước đi trên đường đời. Ố kìa ! Chàng thi
C
C
F
* NAM *
Dm
sĩ đang miên man đi tìm bao vần thơ. Ố kìa ! nàng ca
Dm
G
C
sĩ đang say sưa cung đàn cho đời vui.

ĐOẠN B
NAM CA
F
F
NỮ CA
Em
Em
Tính tính tang tang tình lời thơ và ý nhạc. Thấm thiết giao cho người muôn ý niệm yêu đời.
NAM - NỮ
F
F
F7
G
C
Còn chi vui hơn đời Nghệ Sĩ chúng ta. Nguồn vui phơi
G A B C
C
C
F
F
phới trên đôi môi xinh hồng bên ngàn hoa. Cho dù mưa hay

Hát Trở Lại
Trang 3
HÁT NAM - NỮ
F G C G
nắng, ta vui ca bên nhau bao lời thơ.. Ca bên nhau bao lời
C G C F C G7
cresc.
thơ. Ca bên nhau bao lời thơ. Cho đời . mơ Hơ ....
C F C C C
ff fff ff
hơ ... hơ .... hơ .... hờ ......
sfz

XIN CÒN GỌI TÊN NHAU

NHẠC VÀ LỜI : TRƯỜNG SA

Soạn Piano
LEVEL 3
LINH PHƯƠNG

2.
Am E7 Am Am
thầm. Cho ngày tháng ưu phiền em quên.
Play as same
Am C G G F
Tình trong cơn ngủ mê, Rồi phai trên hàng mi. Chợt khi mình nhớ
Am Dm Am E7
về. Mộng thành mây bay đi. Còn gì trên đôi tay? Nên thầm hờn dỗi
Am E7 Am Am
mình. Cho tình càng thêm say. Tiếng hát ru em còn nuối trên

Am
Am
Dm
môi.
Lời nào gian dối cũng xin qua rồi......
Dm
Am
F
Dm
E
E7
Để lỡ ngày sau khi ta cần nhau. Còn nuôi chút êm vui ngày đầu. Cho mình nhớ kêu thầm tên
1.
Am
2.
Am
Dm
nhau.
Tình trong cơn ngũ ....
nhau ....
Dm
Am
Am
Am6+
RIT...........
FINE

XIN MỘT NGÀY MAI CÓ NHAU

NHẠC VÀ LỜI : ĐỨC HUY

G C C5
vợi, lời hò hẹn có hay. Xin cho em một lần được mơ thấy
Em F C
anh, một lần được gọi tên anh, một lần được nhung nhớ anh..
F C Dm G7
Xin một ngày mùa Xuân nắng hồng, ta cùng về chung lối mộng, xin một ngày mai có
MI
DO
Coda
C Dm G C/ F/ C/ FIN
nhau. Còn lại .... bay. Xa vời vợi lời hò hẹn có hay....

XÓM ĐÊM

LEVEL 4

NHẠC VÀ LỜI : PHẠM ĐÌNH CHƯƠNG

bóng. Xa nghe tiếng ai ru mơ mộng.
Mưa rơi rơi xoá lối đi mòn. Có đôi lòng vững chờ
mong. Ai chia tay ai đầu xóm vắng im lìm. Ai rung lên
tia mắt ngàn câu êm đềm. Mong sao cho duyên nghèo mai nắng gieo thầm. Đẹp kiếp sống

E E Am Am
thêm. Màn đêm tịch liêu. Nghe ai thoáng ru câu
Dm E Am Dm E
mến trìu. Nghe không gian tiếng yêu thương nhiều. Hứa cho đời thôi đìu
Am Am C Dm
hiu. Đêm tha hương ai vọng trông. Đêm cô liêu chinh phụ

Am Dm Am G#0 E
Mi
mong. Đêm bao cánh mưa âm thầm theo gió về khua cơn mộng, hẹn mai ánh Xuân
Am Am C Dm
nồng. Cho nên đêm còn dậy hương. Để dìu bước chân ai
Am Dm Dm Am C Bm 5- E
trên đường. Để nhìn xóm khuya không buồn, vì người biết mang tình thương.

E/
Am
G#0
Am
Dm
C#0
Đường về canh... thâu
Đêm khuya ngõ sâu như không mầu.
(Đường dài không) bóng.
Xa nghe tiếng ai ru mơ màng.
Dm
C#0
Am
1. Am
E
Qua phên vênh có bao mái đầu.
Hắt hiu vàng ánh điện câu.
Mưa rơi rơi xoá lối đi mòn..
E/
2. Dm
E
Am
Am
Đường dài không .. Có đôi lòng vững chờ mong.
Ai chia tay

ai đầu xóm vắng im lìm. Ai rung lên tia mắt ngàn câu êm đềm. Mong sao cho
duyên nghèo mai nắng gieo thềm. Đẹp kiếp sống thêm. Màn đêm tịch
liêu. Nghe ai thoáng ru câu mến trìu. Nghe không gian tiếng yêu thương nhiều.
Hứa cho đời thôi đìu hiu..../....

XUÂN HỌP MẶT

SOẠN PIANO
LINH PHƯƠNG

Nhạc và Lời : VĂN PHỤNG

Dm
Dm
C
thơ. Cầm tay cùng nhau ngẩn ngơ. Đến bao giờ đón Xuân
đi. Cầm tay hẹn nhau chờ nhau. Đến bên cầu đón Xuân
nhau. Cầm tay nhìn nhau cùng mơ. Ước mơ Xuân đến bao
G
G7
C
mơ ?...
sang ...
giờ ?...
Xuân đã về ! Xuân vẫn
5 5 3 1
Dm
G
C
mơ màng - Trong nắng hồng - Khắp chốn tiếng ca vang. Xuân đã
C
Dm
G7
về ! Xuân vẫn huy hoàng. Trong gió ngàn mừng đón Xuân
CMaj 7
TO END
G/
C/
G/
C/
C/
sang.
Cùng chào mừng mùa Xuân - Mùa Xuân - Mới....
5 4 3 2 1
5 5 5 5
2
5
2
sfz

Liên lạc Tác giả
Nhạc sĩ Linh Phương
linhphuongpianist@gmail.com

Liên lạc Nhà xuất bản
Nhân Ảnh
han.le3359@gmail.com
(408) 722-5626

www.ingramcontent.com/pod-product-compliance
Lightning Source LLC
LaVergne TN
LVHW062004041026
849558LV00006B/189